അദ്ധ്യാപക കഥകൾ 2.0

INSIGHT PUBLICA ®

Nadakkavu, Kozhikode, Kerala, 673011
www.insightpublica.com
e-mail: insightpublica@gmail.com
Title: **Adhyapaka Kadhakal 2.0**
(Malayalam Short Stories)
Author: N.C.P. Anil Kishor
Layout: kjvj@insight
First Edition: March 2023
Printed and Published by
InsightinPublica Printers & Publishers Pvt. Ltd.
ISBN 978-93-5517-336-2

അദ്ധ്യാപക കഥകൾ 2.0

എൻ.സി.പി. അനിൽ കിഷോർ

INSIGHT PUBLICA®

കോഴിക്കോട് ജില്ലയിലെ ആയഞ്ചേരിയിൽ മുക്കടത്തിൽ ബാലകൃഷ്ണ ക്കുറുപ്പിന്റെയും പി.പി.കമലവല്ലിയുടെയും മകൻ.വിദ്യാഭ്യാസത്തിലും നിയമത്തിലും ബിരുദം. ചരിത്രത്തിലും സമൂഹശാസ്ത്രത്തിലും ബിരു ദാനന്തര ബിരുദം. ഇപ്പോൾ കോഴിക്കോട് ജില്ലയിൽ കൊളത്തൂർ സ്വാമി ഗുരുവരാനന്ദമെമ്മോറിയൽ ഗവൺമെന്റ് ഹയർ സെക്കണ്ടറി സ്കൂളിൽ സോഷ്യോളജി അധ്യാപകൻ. പറയാതെ ബാക്കിവെച്ചത് എന്ന ചെറുകഥാ സമാഹാരം പ്രസിദ്ധീകരിച്ചിട്ടുണ്ട്.

ഭാര്യ - വിനി

മക്കൾ - കൃഷ്ണപ്രിയ, ലക്ഷ്മിപ്രിയ

വിലാസം:

എൻ.സി.പി.അനിൽകിഷോർ

അനിക, മുക്കടത്തിൽ,

ആയഞ്ചേരി- പി ഒ, പിൻ -673541

ഫോൺ: 9744744274, 9400591789

ncpanilkishor@gmail.com

എൻ.സി.പി. അനിൽകിഷോർ

ഉള്ളടക്കം

സൈക്കോളജി പഠിച്ചില്ലായിന്നേൽ !!

അരവിന്ദൻ മാഷ് സൈക്കോളജി പഠിക്കുന്ന വിവരം മുമ്പെങ്ങോ ആരോ പറഞ്ഞറിഞ്ഞിരുന്നെങ്കിലും, അരവിന്ദൻ. പി. എ., സൈക്കോളജിസ്റ്റ് എന്നറിയിച്ച കൊണ്ടുള്ള ഒരു വിസിറ്റിംങ്ങ് കാർഡ് കയ്യിൽ വെച്ചതന്നപ്പോൾ ഞാനൊന്നന്ധാളിച്ചു എന്നത് സത്യം. സത്യവതി ടീച്ചർ പി എച്ച്ഡിക്കാരിയായി ഡോ. സത്യവതി എന്നു പേരിൽ കൂട്ടിച്ചേർക്കൽ വരുത്തിയതോടെ സ്റ്റാഫ് റൂമിൽ കുറഞ്ഞത് അഞ്ചു പേരെങ്കിലും ഡോക്ടറാവാനുള്ള പരിശ്രമത്തിലാണെന്ന കാര്യമെനിക്കറിയാമായിരുന്നു.

ഇതിനിടയിൽ അരവിന്ദൻ മാഷുടെ വിസിറ്റിംഗ് കാർഡ് എന്നിൽ വേറെ ചില സന്ദേഹങ്ങൾ ഉയർത്തി. സത്യവതി ടീച്ചർക്ക് ഡോക്ടറേറ്റ് കിട്ടിയപ്പോൾ പരോക്ഷമായും പിന്നീട് പ്രത്യക്ഷമായും അവർ സൂചിപ്പിച്ചിട്ടും സ്കൂളിന്റെ പേരിൽ അനുമോദനം നൽകാൻ അല്പം താമസിച്ചു പോയത് സ്റ്റാഫ് സെക്രട്ടറിയായ എന്റെ ശുഷ്കാന്തി കുറവാണെന്ന് വിശ്വസിച്ച ഡോ. സത്യവതി ടീച്ചർ ആഴ്ചകളോളം മുഖം വീർപ്പിച്ചു നടന്ന അനുഭവമുണ്ട്. അരവിന്ദൻ മാഷ് എന്തുദ്ദേശിച്ചാണാവോ? സൈക്കോളജിസ്റ്റായതിനുള്ള അനുമോദനം ഓർമ്മിപ്പിക്കാനായിരിക്കുമോ?വിസിറ്റിംഗ് കാർഡും കയ്യിൽ വെച്ച് ഞാൻ മാഷെനോക്കി. എന്തെങ്കിലുമൊരു സൂചന?

“മാഷുടെ പരിചയത്തിലുള്ള സ്കൂളുകളിലെ സൗഹൃദ ക്ലബ്ബിന്റെ ചാർജുള്ളവരെ ഇതൊന്നറിയിക്കണം.” അത്രേ ഉള്ളൂ. സൗഹൃദ ക്ലബ്ബിന്റെ അമ്മ അറിയാൻ, മക്കളെ അറിയാൻ, സ്വയം അറിയാൻ തുടങ്ങി വിവിധ

പേരിൽ എല്ലാ വർഷവും നിർബ്ബന്ധമായും നടത്തേണ്ട പരിപാടികളിൽ സൈക്കോളജിസ്റ്റുകൾ അവിഭാജ്യരാണ്. ഞാൻ കാര്യം തലകുലുക്കി സമ്മതിച്ചു. പോകാൻ നേരം ശബ്ദം താഴ്ത്തി മാഷ് ഇത്രേം കൂടി പറഞ്ഞു: "മാഷേ ഞാൻ വേണ്ട രീതിയിൽ കണ്ടോളാം." കമ്മീഷന്റെ കാര്യത്തിലും അങ്ങിനെ തീരുമാനമായി.

കാര്യമേതായാലും നല്ലതു തന്നെ. പ്രശ്ന സങ്കീർണ്ണമായ വർത്തമാന വിദ്യാലയങ്ങളിൽ ഒരു മന:ശാസ്ത്രജ്ഞൻ അനിവാര്യമാണ്. സൈക്കോളജിസ്റ്റായ അരവിന്ദൻ മാഷ് സ്കൂളിനൊരു മുതൽക്കൂട്ടാവും. വ്യക്തിപരമായ പ്രശ്നങ്ങൾക്കും ഫീസൊന്നുമില്ലാതെ പരിഹാരം തേടാലോ.

ഞാനേതായാലും വാക്കുപാലിച്ചു. ഒന്നു രണ്ട് സ്കൂളുകളിൽ അരവിന്ദൻ മാഷിന്റെ മനഃശാസ്ത്ര ക്ലാസിനുള്ള അവസരമുണ്ടാക്കിക്കൊടുത്തു. അന്നു തന്നെ എഫ്. ബി യിൽ പരിപാടിയുടെ രണ്ടു മൂന്ന് ഫോട്ടോകളിട്ട് മാഷ് സെൽഫ് പ്രമോഷൻ ഉഷാറാക്കി.

അന്നൊരു വെള്ളിയാഴ്ചയായിരുന്നു. സ്റ്റാഫ് റൂമിൽ പതിവിൽ കവിഞ്ഞ ബഹളം കേട്ടാണ് ക്ലാസിൽ നിന്നും അങ്ങോട്ടെത്തിയത്. സംഹാരരുദ്രനായി അരവിന്ദൻ മാഷ് ഒരു പ്ലസ് ടു ക്കാരനെ ഷർട്ടിന്റെ കോളറിൽ പിടിച്ച് ചുമരോട് ചേർത്ത് നിർത്തി ആക്രോശിക്കുകയാണ്. സ്റ്റാഫ് റൂമിലുണ്ടായിരുന്ന ഡോ. സത്യവതി ടീച്ചർ എന്തു ചെയ്യണമെന്നറിയാതെ അന്തം വിട്ടു നിൽപ്പുണ്ട്. ഞാനൽപ്പം ബലം പ്രയോഗിച്ചു തന്നെ കുട്ടിയുടെ കോളറിൽ നിന്നും പിടുത്തം വിടുവിച്ച് മാഷെ മാറ്റി നിർത്തി. രംഗം അല്പം ശാന്തമായപ്പോൾ ഡോ. സത്യവതി ടീച്ചർ കാര്യം പറഞ്ഞു. ക്ലാസിൽ സ്ഥിരം ഉഴപ്പനായ ഒരു വിദ്യാർത്ഥിയേ മന:ശാസ്ത്ര സമീപനങ്ങളിലൂടെ മാറ്റിയെടുക്കാനായി അരവിന്ദൻ സാറിനടുത്ത് കൊണ്ടുവന്നതായിരുന്നു. മൂന്നാലുമിനുട്ടിലെ സംസാരത്തിനിടയിൽ തന്നെ നിയന്ത്രണം വിട്ട സാറ് അവന്റെ കോളറിൽ കയറിപ്പിടിച്ചു.

"ഞാനൊരു സൈക്കോളജിസ്റ്റായിപ്പോയി. അല്ലെങ്കിലവന്റെ വിളച്ചിൽ ഇന്നു കൊണ്ട് നിർത്തിയേനെ" അപ്പോഴും ദേഷ്യമടങ്ങിയിട്ടില്ലാത്ത അരവിന്ദൻ മാഷ് ആരോടെന്നില്ലാതെ പറയുന്നത് കേട്ട് ഞാൻ അതിഭീകരമായിതന്നെ ഞെട്ടി!!

ഭൂഗോളത്തിന്റെ സ്പന്ദനം

"ഇൗ മാതിരി വേഷം കെട്ടലുമായി വന്നാൽ എച്ച് എം ആണെന്നൊന്നും ഞാൻ നോക്കൂല്ല... പറഞ്ഞില്ലാന്നു വേണ്ട" പ്രകാശൻ മാഷ് തിളച്ച് മറിയുകയാണ്. "വെരട്ടലും ഭീഷണീഇങ്ങോട്ടും വേണ്ട. ഇഞ്ഞ് എന്തറിഞ്ഞിട്ടാ ഈ ചാടുന്നത്?" എച്ച് എം രാജേന്ദ്രൻ മാഷും ഒട്ടും വിട്ടുകൊടുക്കാൻ ഭാവമില്ല.

കാര്യമെന്തെന്നറിയാതെ സഹ ഗുരുനാഥകളും നാഥന്മാരും അന്തം വിട്ടുനിൽക്കുകയാണ്. പ്രകാശൻ മാഷും രാജേന്ദ്രൻ മാഷും തമ്മിലുള്ള ഉരസൽ ഇന്നും ഇന്നലെയും തുടങ്ങിയതല്ല. ഒന്നിച്ച് പഠിച്ച് വളർന്നവരിൽ ഒരാൾ ഹെഡ്മാസ്റ്ററും മറ്റേയാൾ അയാളുടെ കീഴിൽ വെറും മാഷുമാവുന്നതോടെ ഉണ്ടാവാനിടയുള്ള സാർവ്വലൗകികവും വിശ്വവിഖ്യാതവുമായ സ്ഥിരം പ്രശ്നം തന്നെയായിരുന്നു ഇവിടുത്തെയും വില്ലൻ. പഠിക്കുന്ന കാലത്ത് തന്നെക്കാൾ മിടുക്കനായിരുന്ന പ്രകാശൻ മാഷോടുള്ള ചൊരുക്ക് ഹെഡ്മാസ്റ്റർ സ്ഥാനമുപയോഗിച്ച് രാജേന്ദ്രൻ മാഷ് കാണിക്കുന്നു എന്നതാണ് പ്രകാശൻ മാഷിന്റെ സ്ഥിരം പരാതി.

പുതിയ പ്രശ്നകാരണം കേട്ടതോടെ സഹമാരെല്ലാം അവാർഡ് സിനിമ കണ്ട സാധാ പ്രേക്ഷകരെപ്പോലെ പിടിവിട്ട അവസ്ഥയിലായി. പ്രകാശൻ മാഷ് ബയോളജി പഠിപ്പിച്ച് കൊണ്ടിരുന്ന പത്ത് എ ക്ലാസിലേക്ക് എച്ച്. എം എന്തിനാണ് പ്യൂൺ ഷാജുവിന്റെ കയ്യിൽ ഗ്ലോബ്ബ് കൊടുത്തുവിട്ടത്? കാര്യം ജീവജാലങ്ങളെല്ലാം ഭൂമിയിലെ അധിവാസികളാണെങ്കിലും, സോഷ്യൽ സയൻസുകാരുടെ പരിമിതമായ പഠനോപകരണങ്ങളിലൊന്നായ ഗ്ലോബ് പത്താം ക്ലാസിലെ ബയോളജി ക്ലാസിൽ ഒരിക്കലും അവശ്യ ഉപകരണമല്ല. പ്രകാശൻ

മാഷ് പക്ഷെ കാര്യം കൃത്യമായി വിവേചിച്ചറിഞ്ഞു കഴിഞ്ഞു. സ്വതവേ തടിച്ചുരുണ്ട മാഷിന്റെ പഠന കാലത്തേയുള്ള കളിപ്പേരായിരുന്നു ഗ്ലോബ്. കാലങ്ങൾക്കിപ്പുറം അധ്യാപകനായിട്ടും തന്നെ വിടാതെ കൂടിയിരിക്കുന്ന ഗ്ലോബെന്ന വിളിപ്പേരിൽ ഖിന്നനായിരിക്കുന്ന മാഷെ കുട്ടികളുടെ മുന്നിൽ അവഹേളിക്കാൻ പഴയ ക്ലാസ് മേറ്റ് രാജേന്ദ്രന്റെ അതിക്രമം അല്ലാതെന്ത്?!

"മാഷേ... രാജേന്ദ്രാ... ന്റെ അടക്കാപൊട്ടന്റെ സ്വഭാവം ഇനീം ന്റെടത്ത് കാട്ടാൻ വന്നാ കളി ഞാൻ പഠിപ്പിക്ക്വേ..." പ്രകാശൻ മാഷെ ഒരു വിധം സമാധാനിപ്പിച്ച് പുറത്തേക്ക് കൊണ്ടു പോകുന്നതിനിടയിൽ രാജേന്ദ്രൻ മാഷിന്റെ ബാല്യകാലം മുതൽ നിലവിലുള്ള നാമവിശേഷണം കേട്ട് ഊറിവന്ന ചിരി സഹന്മാർ പുറത്തു കാട്ടാതെ ഒതുക്കി.

രംഗം അല്പം ശാന്തമായപ്പോൾ നളിനാക്ഷി ടീച്ചർ രാജേന്ദ്രൻ മാഷോട് കാര്യം തെരക്കി. "പത്ത് എയിൽ പഠിക്കുന്ന ഒരുത്തൻ ക്ലാസിലേക്ക് ഗ്ലോബ് എടുക്കാൻ വരുന്നത് കണ്ട് ഓന ക്ലാസിലേക്ക് വിട്ട് ഗ്ലോബ് ഞാൻ ഷാജൂന്റെ കയ്യിൽ കൊടുത്തു വിട്ടതല്ലേ. ഞാനറിഞ്ഞോ ഇയാളവടെ ബയോളജി പഠിപ്പിക്വാന്ന്"

"അവനേതാ മാഷേ?" ഒരേ സമയം ഒന്നിലധികം ശബ്ദത്തിൽ ചോദ്യമുയർന്നു. "നമ്മുടെ ഗോപാലകൃഷണന്റെ മോൻ... ആ ചപ്രത്തലവൻ"

ആളെ പിടികിട്ടി. പത്ത് എയിലെ സ്ഥിരം നോട്ടപ്പുള്ളി - സനൽകുമാർ. സോഷ്യൽ സാർ ആരും പറയാതെ സേതുരാമയ്യരുടെ റോളെടുത്തു. എന്നാൽ ഭയപ്പെടുത്താൻ സാധ്യതയുള്ള ഉത്തരവുമായി മാഷ് പെട്ടെന്ന് തന്നെ തിരിച്ചെത്തി... സംഭവത്തിനുശേഷം സനൽകുമാറിനെ സ്കൂളിൽ കാണാനില്ല. "അയ്യോ മാഷെ രാവിലെ ഞാനവന് പ്രസന്റ് ഇട്ടതാണല്ലോ?" തുളസി ടീച്ചറിൽ പേടിയുടെ അപായമണി മുഴങ്ങി. "അറ്റൻഡൻസ് വലിയ തെളിവാ ടീച്ചറെ... ചെക്കനിനിയെന്തെങ്കിലും കൊഴപ്പമൊപ്പിച്ചാൽ..." സമാധാനിപ്പിക്കാൻവന്ന മായ ടീച്ചർ തന്റെ വകയായിഅല്പം എണ്ണ തുളസി ടീച്ചറിലെ പേടി തീയിലൊഴിച്ചു.

കാര്യം കൈവിടും മുമ്പ് സനലിനെ പിടിക്കണം. മൂന്ന് ബൈക്കുകൾ ആറുപേരുമായി മൂന്നു വഴിക്കു പാഞ്ഞു. ഒടുക്കം ഒരു സംഘത്തിന് പുള്ളിയേ കിട്ടി. സ്കൂളിന് കുറച്ചകലേയുള്ള ഒരു ബസ്സ് ഷെൽട്ടറിലിരുന്ന് പരിസരം മറന്ന് മൊബൈൽ സ്ക്രീനിൽ തഴുകിയിരുന്ന സനൽകുമാറിനെ കയ്യോടെ പൊക്കി സ്കൂളിലെത്തിച്ചു. തുളസി ടീച്ചർ വക ഒരു പഴംപൊരിയും ചായയുമൊക്കെ അകത്താക്കി സ്വസ്ഥനായ അവൻ കാര്യം പറഞ്ഞു. ബയോളജി ക്ലാസിൽ സനൽകുമാർ

ഒരധികപറ്റാണെന്ന് പ്രകാശൻ മാഷക്ക് പൂർണ്ണ ബോധ്യമായതിന്റെ അടിസ്ഥാനത്തിൽ പുറത്തേക്ക് സ്ഥാനമാറ്റം കിട്ടിയ സന്തോഷത്തിൽ പ്രകൃതി ഭംഗി ആസ്വദിച്ച നിൽക്കുന്നതിനിടയിലാണ് ഓഫീസിൽ നിന്നിറങ്ങി രാജേന്ദ്രൻ മാഷ് ചൂരലുമായി വരാന്തയിലൂടെ റൗണ്ട്സിനു വരുന്നത് കാണുന്നത്. ക്ലാസ് സമയത്ത് പുറത്ത് കാണുന്നവരെ ചൂരൽ ചാർജ് നടത്തുകയെന്നത് ഹെഡ്മാസ്റ്ററുടെ വിനോദമാണെന്ന അനുഭവ ബോധ്യമുള്ള സനൽകുമാർ പിന്നൊന്നും ചിന്തിച്ചില്ല. ഓഫീസിനു നേർക്കു തന്നെ നടന്നു. കാര്യം തിരക്കിയ എച്ച് എമ്മോട് ക്ലാസിലേക്ക് ഗ്ലോബെടുക്കാൻ പറഞ്ഞു വിട്ടതാണെന്ന് നിഷ്കളങ്ക ഭാവാഭിനയത്തിനിടയിൽ പറഞ്ഞൊപ്പിച്ചു.

"ഇഞ്ഞ് ക്ലാസിലേക്ക് പോയ്ക്കോ. ഗ്ലോബ് ഞാൻ കൊടുത്തു വിട്ടോളാം" എന്ന ഹെഡ്മാസ്റ്ററുടെ മറുപടിയിൽ കാര്യം കൈവിട്ടു പോയെന്നറിഞ്ഞതോടെ സനൽ കുമാർ സ്കൂളിൽ നിന്നും സ്കൂട്ടായി.

എന്നാൽ പ്രകാശൻ മാഷ് മാത്രം തന്റെ വിശ്വാസത്തിൽ ഒരു മാറ്റവും വരുത്തിയില്ല. "അടക്കാപൊട്ടനെ ഞാനറിയുന്നത്ര നിങ്ങൾക്കാർക്കു മറിയില്ലെന്ന" ഒറ്റവാക്കിൽ എല്ലാ നല്ല ശെമരിയാക്കാരുടെയും വാദങ്ങളെ അദ്ദേഹം തടഞ്ഞു നിർത്തിക്കൊണ്ടിരുന്നു...

പ്രഭാകരൻ മാഷിന്റെ ചെലവ്

നക്കി മാഷ്, അർക്കീസൻ മാഷ്, പാർട്ടി മാഷ് പേരുകളനവധിയുണ്ട് സഹപ്രവർത്തകർക്കിടയിൽ പ്രഭാകരൻ മാഷിന്. അവരെ കുറ്റം പറയാനും പറ്റില്ല. സ്കൂളിൽ എല്ലാവരേക്കൊണ്ടും എന്തെങ്കിലും കാരണമുണ്ടാക്കി ചെലവ് ചെയ്യിക്കാൻ മാഷ് മിടുക്കനാണ്. ലീന ടീച്ചർ പുതിയ സാരിയുടുത്തതിന്റെ ചെലവ്, ശശി മാഷുടെ അളിയൻ PSC റാങ്ക് ലിസ്റ്റിൽ വന്നെന്നറിഞ്ഞതിന് ചെലവ് എന്തിനേറെ ഒരിക്കൽ സംസാരത്തിനിടയിൽ അബ്ദുൾ മജീദ് മാഷ് തനിക്ക് പി. ജിക്ക് ഫസ്റ്റ് ക്ലാസ് ഉണ്ടായിരുന്നു എന്നു പറഞ്ഞത് കേട്ട് പണ്ടെങ്ങോ കിട്ടിയ ഫസ്റ്റ് ക്ലാസിനു വരെ ചെലവ് ചെയ്യിച്ചു കളഞ്ഞ പഹയനാണ്. സ്കൂളിൽ പുതുതായി ആരെങ്കിലും ജോയിൻ ചെയ്താൽ മൂന്നോ നാലോ ദിവസത്തിനകം ഉറപ്പായും വിപുലമായ ഒരു ജോയിനിംഗ് പാർട്ടി പ്രഭാകരൻ മാഷ് സംഘടിപ്പിച്ചിരിക്കും. ഭക്ഷണമെത്തിക്കലും അത് കഴിക്കാനുള്ള സൗകര്യമൊരുക്കലുമൊക്കെ ഒരവകാശം പോലെ പുള്ളി ചെയ്തോളും. ഇരകൾ ബില്ല് മാത്രം കൊടുത്താൽ മതി.

ചുരുക്കിപ്പറഞ്ഞാൽ പ്രഭാകരൻ മാഷക്ക് തിരിച്ചൊരു പണി കൊടുക്കാൻ ആഗ്രഹിക്കാത്തവരായി ആരുമില്ല സ്കൂളിൽ എന്ന സ്ഥിതിയായി. ഇത്രയും കാലമായി തന്റെ വക ഒരു സർബത്തുപോലും ആർക്കും വാങ്ങിക്കൊടുക്കാതെ നോട്ടൗട്ടായി തന്റെ ചെലവു ചെയ്യിക്കൽ ഇന്നിംങ്സ് തുടർന്നുകൊണ്ടിരുന്നു മാഷ്.

കാര്യങ്ങൾ ഇങ്ങിനെയൊക്കെ പോകുന്ന സാഹചര്യത്തിലാണ് പ്രഭാകരൻ മാഷുടെ മകന് മെഡിക്കൽ എൻട്രൻസിൽ ഉയർന്ന റാങ്ക് കിട്ടുന്നത്. വാർത്ത മാഷെക്കാളും ആഹ്ലാദിപ്പിച്ചത്

സഹപ്രവർത്തകരെയാണ്. ഒഴിഞ്ഞു മാറാൻ പറ്റില്ല പത്രത്തിലടക്കം ഫോട്ടോ വന്നതാണ്. ആവശ്യക്കാർ കൂട്ടമായി വന്നു: പാർട്ടി മാഷ് അറേഞ്ച് ചെയ്യുന്നോ ഞങ്ങള് ചെയ്യണോ?

മാഷ് എതിരൊന്നും പറഞ്ഞില്ല. പക്ഷെ ഒരു നിർദ്ദേശം വെച്ചു. ഇപ്രാവശ്യത്തേത് നമുക്ക് പുറത്ത് ഏതെങ്കിലും ഹോട്ടലിൽ വെച്ചാക്കാം. ആർക്കും എതിർപ്പില്ലാന്ന് മാത്രമല്ല പരമ സന്തോഷവുമായി. ഇഷ്ടമുള്ള ഭക്ഷണം തെരഞ്ഞെടുത്ത് കഴിക്കാലോ. സ്റ്റാഫ് സെക്രട്ടറി കുറച്ചു കൂടി ഔദാര്യവാനായി. സ്കൂളിൽ നിന്നും ഹോട്ടലിലേക്കുള്ള ട്രാവലറിന്റെ ചെലവ് സ്റ്റാഫ് ഫണ്ടിൽ നിന്നെടുക്കാം.

അങ്ങനെ ആ അപൂർവ്വ സന്തോഷ ദിനം വന്നെത്തി. വൈകീട്ടത്തെ പാർട്ടിക്ക് ഭക്ഷണം നന്നായി കഴിക്കാൻ ഉച്ചഭക്ഷണം പേരിനു കഴിച്ചവരും തീരെ ഒഴിവാക്കിയവരുമുണ്ട്. ഏതു രീതിയിലാണെങ്കിലും പ്രഭാകരൻ മാഷെ നന്നായി ‹വഹിക്കണം› എന്ന പൊതു ലക്ഷ്യത്തിൽ ആർക്കും എതിരഭിപ്രായമില്ല. ട്രാവലർ ടൗണിലെ നല്ല ഹോട്ടലിൽ തന്നെ നിർത്തി. നമ്മള് മുപ്പത്തിരണ്ടു പേരല്ലേ? ഇറങ്ങുന്നതിനു മുമ്പേ പ്രഭാകരൻ മാഷ് എണ്ണം ഉറപ്പു വരുത്തി. സൗകര്യപ്രദമായ ഇരിപ്പിടങ്ങളൊക്കെ മാഷ് തന്നെ മുൻകൈ എടുത്തു സജ്ജീകരിച്ചു. എല്ലാവർക്കും ഒരു ബഹുമാനമൊക്കെ തോന്നി തുടങ്ങിയിരുന്നു. അതിനിടയിൽ വെയിറ്ററേ അടുത്തേക്ക് വിളിച്ച് വളരെ സ്നേഹത്തോടെ മാഷ് ഫുഡ് ഓർഡർ ചെയ്തു» 32 ചായയും പരിപ്പുവടയും. മധുരം വേണ്ടാത്തവർ പറയണേ !!

മാനം പോകുന്ന ഓരോ വഴികളെ

"സദാനന്ദൻ മാഷ് ഇന്നും വരുല്ലേ മാഷേ?"

ജോസ് മാഷ് നല്ല കലിപ്പിലാണ്.

രാവിലെ തന്നെ തിരക്കിട്ടെന്തോ എഴുതിക്കൊണ്ടിരുന്ന പ്രിൻസിപ്പാൾ ഉത്പലാക്ഷൻ സാർ എഴുത്തു നിർത്തി മുഖമുയർത്തി.

"മാഷിന് നല്ല സുഖമില്ല ലീവാണെന്ന് വിളിച്ചു പറഞ്ഞതേയുള്ളു"

"ഇന്നേക്കിത് അഞ്ചാം ദിവസമാ. ഇന്നലെ ഞാൻ സ്കൂളിലേക്ക് വരുമ്പോ പുള്ളി ടൗണീന്ന് മീനും പച്ചക്കറീം വാങ്ങി പോകുന്നുണ്ടായിരുന്നു. ഇനീം സബ്സ്റ്റിറ്റ്യൂഷനായി കെട്ടിവലിക്കാൻ എന്നെ കിട്ടൂല്ല."

"എന്തെങ്കിലും കാരണമുണ്ടാവും. നമ്മൾക്ക് നോക്കാം"

"കസേരയിലിരിക്കുന്നവർ അതിനു കൊള്ളണം. അല്ലാഞ്ഞാൽ ഇങ്ങനെയാവും" മനസ്സിൽ പിറുപിറുത്ത് ജോസ് മാഷ് തിരിച്ചു നടന്നു.

ഒന്നിച്ചു പഠിച്ചവൻ ആദ്യം സർവ്വീസിൽ കേറി ഇപ്പോ തനിക്ക് മുകളിൽ പ്രിൻസിപ്പാളായിരിക്കുന്നത് ജോസ് സാറിനിപ്പോഴും അങ്ങട് ഉൾകൊള്ളാനായിട്ടില്ല.

"ഇതെന്ത് തോന്ന്യാസാ. ഒരോരുത്തര് തോന്നുമ്പോ വര്വാ തോന്നുമ്പോ പോവ്വാ. ഇതൊന്നും നിയന്ത്രിക്കാൻ കഴിയാത്തൊരു പ്രിൻസിപ്പാളും" സ്റ്റാഫ് റൂമിൽ തന്റെ സീറ്റിലിരുന്നിന്ന് ജോസ് മാഷ് തന്റെ രോഷം ഉച്ചത്തിൽ തന്നെ പ്രകടിപ്പിച്ചു.

"ശരിയാ മാഷെ ദിവസോം വരുന്ന നമ്മള് ഉള്ള ക്ലാസ് മുഴുവൻ കേറണോന്ന് പറഞ്ഞാൽ..." സിതാര ടീച്ചറ് തന്റെ ഉറച്ച പിന്തുണ

അറിയിച്ചതോടെ ജോസ് മാഷിന് കുറഞ്ഞതല്ലാത്തൊരു സന്തോഷവും ആശ്വാസവുമായി.

“ന്റെ ജോസ് സാറെ അങ്ങേർക്കെന്തെങ്കിലും അത്യാവശ്യം കാണും... അല്ലാതെ സ്ഥിരം ലീവെടുത്ത് മുങ്ങുന്നയാളൊന്നുമല്ല സദാനന്ദൻ സാറ്. ആ പാവം നിങ്ങൾക്കൊന്നും ഒരു ബുദ്ധിമുട്ടും ഉണ്ടാക്കാറില്ലല്ലോ... സബ്സ്റ്റിറ്റ്യൂഷൻ കൂടുതലാണെങ്കി പോവാൻ പറ്റൂല്ലാന്നങ്ങ് പറഞ്ഞാൽ പോരേ...”

സദാനന്ദൻ മാഷിനുള്ള ദിവ്യ ടീച്ചറുടെ അനവസര പിന്തുണ ജോസ് മാഷ്ക്ക് അശേഷം സുഖിച്ചില്ലെങ്കിലും ടീച്ചറുടെ നാക്കിന്റെ മൂർച്ച കൃത്യമായ റിയുന്നതിനാൽ തിരിച്ച് പറഞ്ഞില്ല. എങ്കിലും ടീച്ചർ കാണാതെ ജോസ് മാഷ് സിതാര ടീച്ചറെ നോക്കി മുഖം കൊണ്ടൊരു പരിഹാസം കാണിച്ചു. സിതാര ടീച്ചർ അത് കണ്ട് ചിരിച്ചതോടെ മാഷ് കൃതാർത്ഥനായി.

ജോസ് മാഷിന്റെ പരാതി പറച്ചിലൊരു കാരണമായിട്ടാണെങ്കിലും പ്രിൻസിപ്പാൾ ഫോണിൽ സദാനന്ദൻമാഷെ വിളിച്ചു നോക്കി. ഫോൺ സ്വിച്ച്ഡ് ഓഫ്. ഒടുക്കം സ്റ്റാഫ് സെക്രട്ടറി ജയൻ മാഷെ ഉച്ചയ്ക്ക് ശേഷം സദാനന്ദൻ മാഷുടെ വീട്ടിൽ നേരിട്ട് പോയി അന്വേഷിക്കാൻ ചുമതല പ്പെടുത്തുന്നതിൽ വരെയെത്തി.

ജയൻ മാഷ് വീട്ടിലെത്തുമ്പോൾ പച്ചക്കറി ചെടികളെ പരിപാലിച്ച് നിന്ന സദാനന്ദൻ മാഷ് ആദ്യമൊന്ന് ചമ്മിയെങ്കിലും പെട്ടെന്നു തന്നെ നല്ല ആതിഥേയനായി.

മാഷിന്റെ ഭാര്യ കൊണ്ടു വെച്ച നല്ല പശുവിൻ പാലൊഴിച്ച ചായയും മോംമ്സ് മാജിക്കിന്റെ ബിസ്കറ്റും കഴിക്കുന്നതിനിടയിൽ ജയൻ മാഷ് കാര്യം തെരക്കി:

“ഒന്നൂല്ല ജയാ... ഞാൻ വി ആർ എസ്സ് എടുക്കാൻ തീരുമാനിച്ചു.”

“അല്ല മാഷെ ഇനീം നിങ്ങൾക്കൊരു എട്ടു പത്ത് കൊല്ലം കൂടിയില്ലേ... പിന്നെന്താ...”

“മനസ്സമാധാനവും മാനവുമല്ലേ മുഖ്യം” ആത്മഗതം പോലെ സദാനന്ദൻ മാഷ് പറയുന്നതായാണ് ജയൻ മാഷക്ക് തോന്നിയത്. എന്നാലും ഇത്ര പെട്ടെന്ന് ഇങ്ങനെയൊരു തീരുമാനം. അതും വളരെ താല്പര്യത്തോടെ സ്കൂൾ പ്രവർത്തനങ്ങളിൽ ഏർപ്പെട്ടുകൊണ്ടിരുന്ന ഒരധ്യാപകൻ.

ഒടുവിൽ ജയൻ മാഷിന്റെ സ്നേഹപൂർവ്വ നിർബന്ധത്തിൽ സദാന ന്ദൻ മാഷ് കാര്യം പറഞ്ഞു.

ദിവസവും ആദ്യം സ്കൂളിലെത്തുന്ന സദാനന്ദൻ മാഷ് അന്ന് സ്കൂളിലെത്തിയപ്പോൾ പ്ലസ് ടു ക്ലാസിൽ ഒരാൺകുട്ടിയും പെൺകുട്ടിയും ആരുമില്ലാത്ത ക്ലാസിലിരുന്ന് കെട്ടിമറിയുന്നു. പെട്ടെന്ന് മാഷെകണ്ട് ആൺകുട്ടി പരിഭ്രമത്തോടെ പുറത്തേക്കോടിപ്പോയി. എന്തു ചെയ്യണമെന്നറിയാതെ തറഞ്ഞു നിന്ന മാഷുടെ അടുത്തേക്ക് കൂസലൊന്നുമില്ലാതെ വന്ന പെൺകുട്ടി മാഷ് മാത്രം കേൾക്കാൻ പറ്റുന്ന ശബ്ദത്തിൽ പറഞ്ഞു. "മാഷെ ഇത് പ്രിൻസിപ്പാളോടും മാഷമ്മാരോടും പറഞ്ഞ് ബല്യ പ്രശ്നമാക്കാണ്ട്ക്കലാ ങ്ങക്ക് നല്ലത്... അല്ലെങ്കിൽ ങ്ങളെ എജ്ജാതി കുടുക്കില് പെടുത്താമ്പറ്റൂന്ന് അറിയാലോ."

കുട്ടി പറഞ്ഞതിന്റെ അനന്തരഫലങ്ങളുടെ ഭീഷണമായ അവസ്ഥയോർത്ത് സദാനന്ദൻമാഷ് അതിഭീകരമായി ഞെട്ടുകയും ആരോടും പറയാതെ, കാണാതെ വീട്ടിലേക്ക് തിരിച്ചു പോരുകയും ചെയ്തു.

തുടർ അധ്യാപക കാലഘട്ടത്തിലെ അത്യാഹിതങ്ങൾ മനസ്സിൽ കണ്ടപ്പോൾ എടുത്ത തീരുമാനമാണ് സ്വമേധയായുള്ള പിരിഞ്ഞു പോക്ക്.

മാഷുടെ അവസ്ഥ കേട്ട് നല്ല നിലയിൽ ഞെട്ടിയെങ്കിലും ഹോം ലോൺ, കാർ ലോൺ, ചിട്ടി തവണകൾ ഒന്നൊന്നായി മനസ്സിൽ വന്നതോടെ ഭയത്തിന്റെ മേൽ താല്കാലിക വിജയം പ്രഖ്യാപിച്ച് ജയൻ മാഷ് എണീറ്റു...

ഖാദർ മാഷ്

ഖാദർ മാഷെക്കുറിച്ച് പറഞ്ഞില്ലെങ്കിലെന്ത് സ്കൂൾ വിശേഷം? മാഷ് ശരിക്കും ഒരൊന്നൊരസംഭവമാണ്. ആ ഒരു കാലത്ത് സ്കൂളിലെ ജീവിതം സംഭവബഹുലമാക്കി തീർക്കാനുള്ള മുഴുവൻ സംഭാവനയും ഈ മനുഷ്യൻ ഒറ്റക്കാണ് നൽകിയതെന്ന് പറയുന്നതിൽ ഒരതിശയോക്തിയുമില്ല.

പരമ്പരാഗത പണക്കാരായിരുന്നു മാഷുടെ കുടുംബം. ഹൈസ്കൂളിലെ അറബി അധ്യാപകൻ എന്നത് മാഷക്ക് ഒരു അഡ്രസ്സ് മാത്രമായിരുന്നു. തേങ്ങാക്കച്ചോടം, സ്ഥലക്കച്ചോടം തുടങ്ങി വരുമാനമുണ്ടാക്കുന്ന സ്രോതസ്സുകൾ ഒട്ടനവധി വേറെയുള്ളതിനാൽ പ്രത്യേകിച്ചും. കുറ്റം പറയരുതല്ലോ - കാദർ മാഷായിരുന്നു ശമ്പളം കിട്ടി ആദ്യ ആഴ്ചതന്നെ പാപ്പരാവുന്ന എന്നേപ്പോലുള്ളവരുടെ വേൾഡ് ബാങ്ക്. ഇത്തരത്തിൽ പണം കടം ചോദിക്കുന്നവർക്ക് പോക്കറ്റിൽ നിന്നൊന്നുമായിരിക്കില്ല എടുത്തു തരുന്നത്. ഫുൾസ്ലീവ് ഷർട്ടിന്റെ കൈ മുകളിലേക്ക് വൃത്തിയായി കയറ്റി വെച്ച മടക്കുകൾക്കിടയിൽ നിന്നും മൂവായിരവും നാലായിരവുമൊക്കെ എടുത്ത് വളരെ കൂളായി പുള്ളി വായ്പയായി തരും. ചുരുക്കി പറഞ്ഞാൽ സഞ്ചരിക്കുന്ന ഒരു ലോക്കറായിരുന്നു മാഷ്.

ആയിടക്കാണ് സ്കൂളിനടുത്തുള്ള കുഞ്ഞാലിക്ക ഞങ്ങൾ കുറെ മാഷമ്മാരുടെ നിരന്തര നിർബ്ബന്ധം നിമിത്തം വീടിന്റെ ഒരു സൈഡിൽ ചെരിച്ചുകെട്ടിയ താല്ക്കാലിക ഷെഡ്ഡിൽ വെച്ച് ഉച്ചഭക്ഷണ പരിപാടി തുടങ്ങിയത്. സ്കൂളിനടുത്തൊന്നും ഹോട്ടലില്ലാത്തതിനാൽ ഈ ഒരു ഏർപ്പാട് കുഞ്ഞാലിക്കയേക്കാൾ ആശ്വാസം ഞങ്ങൾക്കായിരുന്നു. മാത്രമല്ല സാധാരണ ഹോട്ടലിൽ വാങ്ങുന്നതിനേക്കാൾ കുറഞ്ഞ പണം മാത്രമേ പുള്ളി വാങ്ങിയിരുന്നുള്ളൂ. ആദ്യമൊന്നും അങ്ങോട്ടു തിരിഞ്ഞു

നോക്കാതിരുന്ന ഖാദർ മാഷ് വന്നു തുടങ്ങിയതോടെ സംഗതി അവതാളത്തിലായി. ഫസ്റ്റ് ട്രിപ്പ തന്നെ മാഷ് രണ്ടാൾക്കുവേണ്ടചോറിടീക്കും. കഴിക്കലിനുമുണ്ട് ഒരു ഖാദർ ടച്ച്. ചോറ് കൈ കൊണ്ട് നന്നായി ഒതുക്കി, ഉഴിഞ്ഞ് മിനുസപ്പെടുത്തി അതിനു മുകളിൽ ആഴത്തിൽ രണ്ട് കുഴിയെടുത്ത് അതിലാണ് കറിയൊഴിക്കുന്നത്. സിമന്റും മണലും മിക്സ് ചെയ്യുന്നതു പോലെ കറികളും ചോറും മൊത്തമായി കഴച്ചു വെച്ച് എട്ടോ പത്തോ വലിയ ഉരുളയായി മാഷത് വയറ്റിലാക്കും. അധിക ദിവസങ്ങളിലും ഒരു വട്ടം കൂടി ചോറുവാങ്ങി ഈ കലാപരിപാടി ആവർത്തിക്കും. ലാഭേച്ഛയില്ലാതെ ഒരു സേവനമായി കട നടത്തിയ കഞ്ഞാലിക്ക മൊതല് പോലും കിട്ടില്ലാന്ന് കണ്ട് ഒരാഴ്ചകൊണ്ട് ഉച്ചഭക്ഷണ സംരംഭം അവസാനിപ്പിച്ചു എന്നത് അതിന്റെ പരിണിത ഫലം.

അധ്യയന വർഷത്തിന്റെ പകുതിയിലാണ് പുതിയ എച്ച് എം ട്രാൻസ്ഫറായി ഞങ്ങളുടെ സ്കൂളിലോട്ട് വരുന്നത്. പുത്തനച്ചിപുരപ്പുറം തൂക്കുമെന്ന് പറയുന്ന കണക്ക് വന്ന ഉടനെ അങ്ങേര് ചില പരിഷ്കാരങ്ങൾ പ്രഖ്യാപിച്ചു. അതിലൊന്ന് ടീച്ചിംഗ് നോട്ട് കൃത്യമായി കാണിച്ച് ഒപ്പുവാങ്ങണമെന്നതായിരുന്നു. പുതിയൊരുശീലം നടപ്പിലാക്കിയതിലെ ബുദ്ധിമുട്ടും ദേഷ്യവുമൊക്കെ രഹസ്യമായി പങ്കുവെച്ച് കൊണ്ട് ബാക്കിയെല്ലാവരും ടീച്ചിംഗ് നോട്ട് എഴുതിയുണ്ടാക്കാൻ കഷ്ടപ്പെടുന്നതിനിടയിൽ സകലരെയും അത്ഭുതപ്പെടുത്തിക്കൊണ്ട്, സ്കൂളിലെ ഏറ്റവും ഉഴപ്പനെന്ന പേരുള്ള ഖാദർ മാഷ് കൃത്യമായി ടീച്ചിംഗ് നോട്ട് എച്ച്. എമ്മിനെ കാണിച്ച് ഒപ്പുവാങ്ങിച്ചു പോന്നു.

അതിഭീകരമായ ക്ലൈമാക്സ് വരാനിരിക്കുന്നതേയുള്ളായിരുന്നു. പതിവിനു വിപരീതമായി വീർത്തു കെട്ടിയ മുഖവുമായിസ്കൂളിലെത്തിയ എച്ച്. എം അർജന്റ് സ്റ്റാഫ് മീററിംഗ് വിളിക്കുന്നു. “ഖാദറ് മാഷെ ഇദ് ങ്ങളെ ടീച്ചിംഗ് നോട്ടല്ലെ...“സാധാരണ നടപടിക്രമമൊന്നുമില്ലാതെ. എച്ച്. എം കാര്യത്തിലേക്ക് കടന്നു.” ഇദ് ഇങ്ങളെ കയ്യിലാഗ്ഗോ. ഞാനത് ഇന്നലേ നോക്കി നടക്ക്ന്ന്”

“ന്താ ഇത് ല്?”

“അറബി”

എച്ച് എം ഒരു കടലാസെടുത്ത് മലയാളത്തിൽ നല്ല മണിപ്രവാള സാഹിത്യം വായിച്ചു തുടങ്ങി. ചിലയിടങ്ങളിൽ അദ്ദേഹം ലേഡി ടീച്ചർമാരുടെ സാന്നിധ്യമോർത്ത് മ്യൂട്ട് ചെയ്തത് ഞങ്ങൾ മനോധർമ്മമനുസരിച്ച് പൂരിപ്പിച്ചു. “ഇതല്ലെ മാഷെ ങ്ങളുടെ അറബി ടീച്ചിംഗ് നോട്ട്?”

ഭാഷയറിയാതെ താൻ കണ്ണുമടച്ച ഒപ്പിട്ടു കൊടുത്തിരുന്ന അറബി ടീച്ചിംഗ് നോട്ട് വെറുമൊരു കൗതുകത്തിന് സുഹൃത്തായ അറബി അധ്യാപകനെക്കൊണ്ട് വായിച്ചപ്പോഴാണ് കൊടുങ്ങല്ലൂർ ഭരണിപ്പാട്ടുകാർ തോറ്റു പോകുന്ന തെറിയാണ് ഖാദർ മാഷ് ഇത്രയും നാൾ തന്നെക്കൊണ്ട് ഒപ്പിടുവിച്ചതെന്ന ഞെട്ടിക്കുന്ന സത്യം എച്ച് എം അറിയുന്നത്.

വിശദീകരണമെമ്മോകൊടുക്കൽ, മേലുദ്യോഗസ്ഥർക്ക് റിപ്പോർട്ടു ചെയ്യൽ ഇത്യാദി കലാപരിപാടികളുമായി ഹെഡ്മാസ്റ്റർ മുന്നോട്ടു പോയിട്ടും പരിക്കൊന്നും പറ്റാതെ ഖാദർ മാഷ് എങ്ങനെ തടിയൂരി എന്നത് ഞങ്ങൾക്കാർക്കും ഇതുവരെ പിടികിട്ടാത്ത മറെറാരു ഖാദർ സ്റ്റൈൽ !!

അമ്പട മാഷേ !!

"വടച്ചോനേ..." മുനീർ മാഷ് വെപ്രാളപ്പെട്ട് പുറത്തേക്കോടുന്നത് കണ്ട് കാര്യമറിഞ്ഞില്ലെങ്കിലും ഞാനും പുറകെ വെച്ചുപിടിച്ചു. ഗ്രൌണ്ടിൽ ഭാസുരേന്ദ്രൻ മാഷ് ഒരു കുട്ടിയേ തല്ലുന്നു. ഏകപക്ഷീയമായ തല്ലലല്ല. കുട്ടിയുമായി ഒരു ചെറിയ ഗുസ്തി തന്നെ നടക്കുന്നുണ്ട്. എങ്കിലും ആജാനുബാഹുവായ മാഷ് ഒരു കയ്യിൽ അവനെ പൂട്ടി നിർത്തി രണ്ട്സ്റ്റൈലൻ അടി ഞങ്ങളെത്തുമ്പോഴേക്കും കൊടുത്തു കഴിഞ്ഞു. മൂന്നാമത് അടി വീഴുന്നതിന് മുമ്പ് മുനീർ മാഷ് കയ്യിൽ കയറി പിടിച്ചു. "നിർത്ത് മാഷെ..."

ഭാസുരേന്ദ്രൻ മാഷ് ഈ ജൂണിൽ പ്രധാന അധ്യാപകനായി ചാർജെടുത്തതോടെ ഇത്തരം ക്രമസമാന സംരക്ഷണം ഒരു സ്ഥിരം കാഴ്ചയാണ്. ആദ്യത്തെ സ്റ്റാഫ് മീറ്റിംഗിൽ തന്നെ പുള്ളിക്കാരൻ നയം വ്യക്തമാക്കിയതാണ്. "മാഷന്മാര് അത്യാവശ്യത്തിന് തല്ലൊന്നും കൊടുക്കാതെ സ്കൂളിൽ അച്ചടക്കം ഉണ്ടാക്കാൻ പറ്റില്ല. സിദ്ധാന്തങ്ങളൊക്കെ പറഞ്ഞു നടക്കാന്നേ ഉള്ളൂ"

"അല്ല സാറേ CWC, ബാലാവകാശം..." ജാനകി ടീച്ചറ് പറഞ്ഞു തുടങ്ങുന്നതിനിടയിൽ തന്നെ ഭാസുരേന്ദ്രൻ മാഷ് ഇടയിൽ കയറി "സംഗതിയൊക്കെയുള്ളതാ ടീച്ചറെ ന്നാലും മക്കളെ പഠിക്കാനായയക്കുന്ന രക്ഷിതാക്കള് ഒരു ചിട്ടേം ക്രമോക്കെ സ്കൂളില് വേണോന്ന് തന്യാ വിചാരിക്കു"

മാഷ് പറേന്നതിൽ ശരിയുണ്ടെന്നറിയാമെങ്കിലും ഈ ന്യൂ ജനറേഷൻ ശിഷ്യന്മാരുടടുത്ത് തല്ലാൻ പോയിട്ട് കണ്ണുരുട്ടി പീഡിപ്പിക്കാൻ പോലും ത്രാണിയില്ലാത്ത ഞങ്ങൾ അദ്ധ്യാപക തൊഴിലാളികൾ മൗനം പാലിച്ചു. കാടനെപ്പോലെ ജഡ പിടിച്ച മുടിയുമായി

ക്ലാസിൽ വന്ന പത്ത് എയിലെ സുമേഷ് കുമാർ മുടി മുറിക്കാത്തത് പൈസയില്ലായിട്ടാണെന്ന് പറഞ്ഞപ്പോൾ സ്വന്തം പോക്കറ്റിൽ നിന്നും പണമെടുത്ത് കൊടുത്ത് മുടി മുറിക്കാൻ പറഞ്ഞയച്ച ഷംസുദ്ദീൻ മാഷ് അന്ന് വൈകുന്നേരം ചെക്കന്റെ മുടി മുറിച്ച് പീഡിപ്പിച്ച മാഷെ തല്ലാൻ വന്ന സുമേഷ് കുമാറിന്റെ അച്ഛന്റെയും കൂട്ടുകാരുടെയും കാലുകളിൽ സാഷ്ടാംഗ പ്രണാമത്തിലൂടെയാണ് തടി രക്ഷിച്ചെടുത്തത്.

ഏതായാലും ഭാസുരേന്ദ്രൻ മാഷ് ഏറേക്കുറെ ഒറ്റയ്ക്ക് തന്നെ ദൗത്യ മേറ്റെടുത്തു. വാക്കു കൊണ്ടു നടക്കാത്തിടത്ത് നല്ലതല്ലും കൊടുത്തു. കുറ്റം പറയരുതല്ലോ വലിയ തോതിലുള്ള ക്രമസമാധാന ഭംഗങ്ങളൊന്നും ഇക്കാലയളവിൽ റിപ്പോർട്ട് ചെയ്യപ്പെട്ടില്ലെന്നത് സത്യമാണ്. ശരീരം കൊണ്ടല്ലെങ്കിലും മനസ്സുകൊണ്ട് അദ്ദേഹം പോലുമറിയാതെ ഞങ്ങ ളെല്ലാം മാഷക്കൊപ്പം ഉറച്ചു നിന്നിരുന്നു.

"മുനീറ് മാഷെ ഞാൻ വരുമ്പം സിഗരറ്റും വലിച്ച് നിക്വാ ഈ അധിക പ്രസംഗി. എന്നെ കണ്ടിട്ടും ഓനൊരു കൂസലുല്ല" മുനീർ മാഷിന്റെ പിടുത്തം വിടുവിക്കാൻ ഭാസുരേന്ദ്രൻ മാഷ് ശ്രമിക്കുന്നുണ്ട്.

"ഇഞ്ഞാരാടാ എന്നെ അടിക്കാൻ?" മാഷുടെ പിടിയിൽ നിന്നു സ്വ തന്ത്രനായ ശിഷ്യൻ ചീറുകയാണ്. ഭാസുരേന്ദ്രൻ മാഷ് മുനീർ മാഷുടെ പിടിവിടുവിച്ച് വീണ്ടുമവനെ തല്ലാനാഞ്ഞു. മുനീർ മാഷ് വട്ടം കയറി പ്പിടിച്ചു: "മാഷേ ഇത് മ്മളെ സ്കൂളിലെ കുട്ടിയല്ല. അപ്രത്തെ പാരലൽ കോളേജിൽ പഠിക്കുന്നോനാ..." ഭാസുരേന്ദ്രൻ മാഷ് ഞെട്ടിയോന്നറി യില്ല. ഞാൻ അതി ഭയങ്കരമായി ഞെട്ടിയെന്നത് സത്യമാണ്. ഇവന്റെ വീട്ടുകാരും നാട്ടുകാരും ഇന്ന് മാഷമ്മാരുടെ ദേഹത്ത് പഞ്ചാരിമേളം തീർക്കുമല്ലോ എന്റെ മുത്തപ്പാ. ഒറ്റ നോട്ടത്തിൽ തിരിച്ചറിയാൻ പറ്റാത്ത സാമ്യമുണ്ട് അവന്റെ ഡ്രസ്സും ഞങ്ങളുടെ സ്കൂൾ യൂണിഫോമും.

"ഇന്നക്കൊണ്ട് ഈന് ഞാൻ സമാധാനം പറേപ്പിക്കും" തല്ലു കൊണ്ടവൻ കൂടുതൽ രൗദ്രനാവുകയാണ്.

"ഞാനിവനെ ആളുമാറി പിടിച്ചതൊന്ന്വല്ല മാഷേ... പെൺകുട്ട്യോള കംപ്ലയിന്റ്ണ്ട്... ഇവന്റെ ശല്യം കൊണ്ട് നടക്കാൻ പറ്റ്ന്ന് ല്ലാന്ന്. ങ്ങള് പോലീസിനെ വിളിക്ക്. ഇവന്റെ കാരും ഇനി ഓര് നോക്കിക്കോളും..." അന്തം വിട്ട് നിന്ന എന്റെും മുനീറ്മാഷിന്റെയും മുന്നിൽ പുലിപോലെ നിന്നവൻ എലി പോലെ ചുരുങ്ങി. "ന്റെ പൊന്നു മാഷെ വെറുതെ പറേന്നതാ... ഞാനൊരൊടെങ്ങേറും ഉണ്ടാക്കീട്ടില്ല. പോലീസിനേ ന്നൊന്നും വിളിക്കല്ലെ മാഷെ..." അവന്റെ അവസാനത്തെ അഭ്യർത്ഥന മുനീറ്മാഷോട്ടും കൂടിയാണ്.

“ഇവനെ അങ്ങനെ വിട്ടാൽ ശരിയാവ്വല്ലാലോ...” ഭാസുരേന്ദ്രൻ മാഷ് അവൻ കാണാതെ ഞങ്ങളെ നോക്കി കണ്ണടച്ചു കാണിച്ചു. ശരിക്കും കഥയുടെ ഗതി അപ്പോഴാണ് പിടി കിട്ടിയത്. മുനീർ മാഷ് സന്ദർഭോ ചിതനായി. “ഇപ്രാവശ്യം ഒന്ന് ക്ഷമിക്ക് മാഷെ... ടേയ് ന്നെ ഇനി ഈ സ്കൂളിന്റെ പരിസരത്ത് കാണര്ത്... ഇപ്രാവശ്യം പോയ്ക്കോ...” കിട്ടിയ അടിലാഭമായി കണ്ട് പയ്യൻ തടിയൂരി.

ആ സംഭവത്തിനു ശേഷമാണ് തല്ലാൻ പഠിച്ചാൽ നില്ക്കാൻ പഠിക്കണമെന്നൊരു ചൊല്ലുകൂടിയുണ്ടെന്ന് ഞാനറിഞ്ഞത് !!

ഒരു വടക്കൻ ട്രാജഡി

(ഹയർസെക്കണ്ടറി കോമഡി)

പോയബുദ്ധി ആനപിടിച്ചാൽ കിട്ടില്ലെന്ന് ദാക്ഷായണിടീച്ചർക്ക് ശരിക്കും മനസ്സിലായി. ഈ വീഴ്ച ടീച്ചർ ഒട്ടും പ്രതീക്ഷിച്ചില്ലെന്നതാണ് സത്യം. ഭർത്താവ് HSST പൊളിറ്റിക്കൽ സയൻസ്(Rtd)ഉമേശൻപിള്ളസാർ പ്രമോഷൻലിസ്റ്റ് വന്നപ്പോഴേ പറഞ്ഞതാണ്"ദാക്ഷൂ വേണ്ട പണിയാവും എന്ന്. അന്നത് മനസ്സിൽ പുച്ഛിച്ചുതള്ളി. MSc ഫിസിക്സുകാരിയായ താൻ ഹൈസ്കൂൾ ഹെഡ്മിസ്ട്രസ്സ് മാത്രമായിരിക്കുമ്പോഴാണ് വിദൂരവിദ്യാഭ്യാസം വഴി ബിരുദാനന്തരബിരുദം നേടിയ വെറുമൊരു ആർട്സ് വിഷയക്കാരൻ ഭർത്താവ് ഹയർസെക്കണ്ടറി മാഷായി ഞെളിയുന്നത്. ഹയർസെക്കണ്ടറി പ്രിൻസിപ്പളായുള്ള പ്രമോഷൻ ലിസ്റ്റിൽ പേരുവന്നപ്പഴേ ഉറപ്പിച്ചതാണ്. വിടില്ല ഞാൻ... !!!

ജോയിൻ ചെയ്യുന്നതിന് രണ്ടുദിവസം മുമ്പ് ഉമേശൻ പിള്ളസാറ് വീണ്ടും പറഞ്ഞു:ദാക്ഷൂ പ്ലസ് വൺ_പ്ലസ് ടു ഫിസിക്സ് ടെസ്റ്റ് കൊണ്ടു വച്ചിട്ടുണ്ട്. ഒന്ന് വായിച്ച് നോക്ക്... HM ആയശേഷം ക്ലാസെടുത്തിട്ടില്ലെങ്കിലും റഗുലർ പഠനത്തിലൂടെ ബിരുദാനന്തരബിരുദക്കാരിയായവളെ ഉപദേശിക്കാൻ വന്നിരിക്കുന്നു. ആനമെലിഞ്ഞാൽ തോഴുത്തിൽ കിട്ടില്ല മാഷേ...

നിയമനം വടക്കൻ ജില്ലയിലെന്നറിഞ്ഞിട്ടും ടീച്ചർക്ക് വലിയവിഷമമൊന്നും തോന്നിയില്ല. ചാർജ് ഏൽപ്പിക്കുമ്പോൾ തന്നെ സീനിയർ ടീച്ചർ ടൈംടേബിളിന്റെയും ബെൽടൈംമിന്റെയും കോപ്പിതന്നു. ബെൽടൈം പ്യൂണിന്റെ കയ്യിലുണ്ടാവില്ലേ ടീച്ചറേ...

ടീച്ചർ ചിരിച്ചു... നമ്മൾക്ക് പ്യൂണില്ല ടീച്ചറേ... ബെല്ല് നമ്മള് തന്നെ അടിക്കണം... പ്രിൻസിപ്പാളിന്റെ മുറിക്കുപുറത്ത് തൂക്കിയിട്ട വലിയ ഇരുമ്പുപലകയും അടുത്ത് വച്ചിരിക്കുന്ന ഭാരമുള്ള ഹാമറും ദാക്ഷായ ണിടീച്ചറെ നോക്കി ചിരിച്ചു...

രണ്ടാം പീരീഡ് ക്ലാസിലേക്ക് പോകാൻ തുടങ്ങുമ്പോഴാണ് മൂന്ന് ടീച്ചർമാർ വന്നത്. ഒരാളുടെ ഗ്രേഡ് പാസാക്കാനുണ്ട്. രണ്ടുപേരുടെ ലീവ് സറണ്ടർ എ. ജിയിലേക്ക് ഫോർവേഡ് ചെയ്യണം. _ക്ലാർക്കിന്റെ കയ്യിൽ കൊടുത്തേക്കൂ... ഞാൻ നോക്കാം...

അവരും ചിരിച്ചു... നമ്മൾക്ക് ക്ലാർക്കില്ലല്ലോ ടീച്ചറേ... പിന്നെ ടീച്ചറേ ശമ്പളബില്ല് നേരത്തെ പ്രോസസ്സ് ചെയ്താലേ സമയത്തിന് ട്രഷറീകൊ ടുക്കാമ്പറ്റൂ...

ക്ലാർക്ക് പ്രിന്റെടുത്ത് കൊണ്ടുവരുന്ന ബില്ലിൽ ഒപ്പിട്ടുകൊടുത്ത നല്ലകാലം ടീച്ചറുടെ മനസ്സിൽ തെളിഞ്ഞുവന്നു...

പ്ലസ് വൺ സയൻസ് ക്ലാസിലെത്തിയ ദാക്ഷായണിടീച്ചർക്ക് ദേഷ്യം അടക്കാൻ കഴിഞ്ഞില്ല. ആരോട് ചോദിച്ചിട്ടാ രണ്ടുക്ലാസിലെ കുട്ടികളെ ഇങ്ങനെ ഒന്നിച്ചിരുത്തിയത്? ഒരു ചെറിയ പൊതുയോഗ ത്തിനെന്നപോലെ നിറഞ്ഞിരിക്കുന്ന കുട്ടികൾ. "ഈ ക്ലാസുകാരുമാത്രം എണീറ്റ് നിന്നേ..." കുട്ടികളെനോക്കി തന്റെ ശബ്ദത്തിന്റെ പരമാവധി വോളിയത്തിൽ ടീച്ചർ പറഞ്ഞു...

ക്ലാസിലെ 65 കുട്ടികളും എണീറ്റ് നിന്ന് നിസ്സഹായരായി ടീച്ചറേ നോക്കി... അതേ ഭാവത്തിൽ ടീച്ചറവരേയും...

ആവേശക്കമ്മേറ്റി

രാവിലെ ഫസ്റ്റ് പിരീഡ് ക്ലാസിലേക്ക് പോയ മൈഥിലി ടീച്ചർ പത്തു മിനുട്ടിനകം തള്ളിക്കുതിച്ച് സ്റ്റാഫ് റൂമിലേക്കു വന്നു. മുഖഭാവവും കൊണ്ടുപോയ പുസ്തകം ശക്തിയായി മേശമേൽ ഇട്ടതും കൂടി കണ്ടതോടെ ശാന്തൻമാഷ് പന്തികേട് മണത്തു. അല്ലെങ്കിലും മൈഥിലി ടീച്ചറുടെ കാര്യത്തിൽ ശാന്തൻ മാഷക്ക് ഇത്തിരി താല്പര്യം കൂടുതലാണെന്ന് മറ്റു ലേഡി ടീച്ചർമാരുടെ ഇടയിലൊരു പരാതി പൊതുവെയുണ്ട്. എന്നാൽ ബാക്കി ആൺ മാഷമ്മാരുടെ അഭിപ്രായം മൊത്തം വനിതകളുടെ കാര്യത്തിലും ശാന്തൻ മാഷ് ഈ ശുഷ്കാന്തി കാണിക്കാറുണ്ടെന്നാണ്. എന്നാലും സൗന്ദര്യം അല്പം കൂടുതലെന്ന് ആൺ മാഷമ്മാർക്ക് അഭിപ്രായമുള്ള മൈഥിലി മിസ്സിന്റെ കാര്യത്തിലൊരു പ്രത്യേക ശുഷ്കാന്തി ശാന്തൻ മാഷ് കാണിക്കുന്നതിൽ ചെറിയൊരു അശാന്തി അവരുടെ മനസ്സിലുണ്ടെന്നുള്ളത് സത്യമാണ്.

"എന്താ ടീച്ചറെ എന്തു പറ്റി?" ചോദ്യവുമായി ശാന്തൻ മാഷ് ടീച്ചറുടെ അടുത്തേക്ക് വന്നതോടെ സ്റ്റാഫ് റൂമിൽ വാട്ട്സ്ആപ്പ് നോക്കിയിരുന്ന ഫസ്റ്റ് പിരീഡ് ക്ലാസില്ലാത്ത ജന്റ്സ് എല്ലാം ടീച്ചറുടെ അടുത്തേക്കെത്തി. സ്റ്റാഫ് റൂമിലുണ്ടായിരുന്ന ഷീല ടീച്ചറും ഷൈനി ടീച്ചറും ഇതൊന്നും ഞങ്ങളറിഞ്ഞില്ലെന്ന മട്ടിൽ ഏതോ പുസ്തകം എന്തിനോ വേണ്ടി പരമശ്രദ്ധയോടെ വായിച്ചിരുന്നു. തന്റെ സീറ്റിൽ തലയ്ക്ക് കയ്യും കൊടുത്ത് കുത്തിയിരുന്ന ടീച്ചർ മുഖമുയർത്തി സഹമാഷമാരെ നോക്കി. ദേഷ്യം കൊണ്ട് ചുവന്ന് തുടുത്തിരിക്കുന്ന മൈഥിലി ടീച്ചറുടെ മുഖത്തേക്ക് നോക്കി സുരേഷ് മാഷ് ചോദ്യം ഒന്നു കൂടാവർത്തിച്ചു.: "എന്താ പ്രശ്നം ടീച്ചറേ?"

"ഞാൻ ലീവെടുക്വാ മാഷെ... വൃത്തികെട്ട പിള്ളേര്?"

വൃത്തികേടെന്ന വാക്കു കേട്ടതോടെ ശാന്തൻമാഷക്ക് ആകാംക്ഷ അതിന്റെ പരകോടിയിലെത്തി. അവിഹിതങ്ങളും വൃത്തികേടുകളും കണ്ടെത്തി മറ്റുള്ളവരെ അറിയിക്കുകയെന്ന ദൌത്യം കാലാകാലങ്ങളായി വിജയകരമായി നടത്തി കൊണ്ടിരുന്ന മാഷക്ക് നിക്കപ്പൊറുതി നഷ്ടപ്പെട്ടു. എന്തായിരിക്കും പിള്ളേര് ടീച്ചറോട് കാണിച്ചത്?

" കാര്യം പറ ടീച്ചറെ... അവരുടെ ഇളക്കം നമ്മൾക്കിന്നു നിർത്താം..." നാരാണമ്മാഷുടെ ആവേശം കണ്ട് ശാന്തൻ മാഷുപോലും ഞെട്ടി. സുരേഷ് മാഷ് നാരാണൻ മാഷെ നോക്കി നെറ്റി ചുളിച്ചു. കഴിഞ്ഞ ദിവസം ഒരു പ്ലസ്ടു ക്കാരൻ സ്റ്റാഫ് റൂമിൽ വന്ന് തന്നോട് തട്ടിക്കേറിയപ്പോൾ എടപെട്ടില്ലെന്നതോ പോട്ടെ ഫോണെടുത്ത് ചെവിയിൽ വെച്ച് ചുളുവിൽ പുറത്തിറങ്ങി പോയവനാണ്... ചെറ്റ... മൈഥിലി ടീച്ചർക്കു വേണ്ടി അങ്കത്തിനിറങ്ങാൻ നിൽക്കുന്നു.

"ന്റെ സാറെ... ഫസ്റ്റ് പിരീഡ് തന്നെ ആ അഖിലിനേം ആകാശിനേം കൊണ്ട് ഒരു രക്ഷയുമില്ലാതായപ്പോ ഞാനൊന്ന് ദേഷ്യപ്പെട്ടതാ... "

ശാന്തൻമാഷക്ക് ആളെ പിടി കിട്ടി... താൻ ക്ലാസിൽ പെൺകുട്ടികൾക്ക് സംശയ നിവൃത്തി വരുത്തുന്നത് മൊബൈലിൽ ഷൂട്ട് ചെയ്ത് ഇൻസ്റ്റഗ്രാമിൽ ഇട്ടവനാണ്. ഒരു രക്ഷയുമില്ല... എന്നാലും ടീച്ചറോട് എന്ത് വൃത്തികേടാണവൻ ചെയ്തത്?

"ടീച്ചറെന്താ പറഞ്ഞത്?"

"ഒന്നൂല്ല മാഷെ... ദേഷ്യം സഹിക്കാതായപ്പോ ഒറ്റടിക്ക് ഇന്ന ഞാൻ കൊന്നുകളേം ന്ന് പറഞ്ഞു പോയി..."

അതിന്റെ പ്രായോഗികത ഓർത്ത് സുരേഷ് മാഷക്ക് ചിരി വന്നു... ആജാനുബാഹുവായ അഖിൽജിത്തിനെ മൈഥിലി ടീച്ചർ ഒറ്റയടിക്ക് കൊന്നുകളയുക. സന്ദർഭത്തിന്റെ സീരിയസ്സ്നെസ്സ് ഓർമ്മിച്ച് മാഷ് ചിരിയടക്കി.

"ഓനെന്ത് വൃത്തികേടാ ടീച്ചറേ കാട്ടീത്?"കാര്യമറിയാതെ ശാന്തൻ മാഷക്ക് ശ്വാസം മുട്ടലായി. ടീച്ചർ മറുപടി പറയാതെ താഴോട്ടു നോക്കിയിരുന്നു.

"ആ വൃത്തികെട്ടോൻ പറയാ... ടീച്ചറുടെ കൈ കൊണ്ട് അടി കിട്ടി ചത്താലെന്താ ഭാഗ്യല്ലേന്ന്... അത് കേട്ട് ഇളിക്കാൻ കുറേ കഴുതകളും..." ചെക്കനെ പൊക്കി സ്റ്റാഫ് റൂമിൽ കൊണ്ട് വന്ന് മര്യാദ പഠിപ്പിക്കാൻ നാരായണൻ മാഷ് അപ്പൊ തന്നെ ക്ലാസിലേക്ക് കുതിച്ചതു കണ്ട് സുരേഷ് മാഷ് മനസ്സിൽ ഒരിക്കൽ കൂടി വിളിച്ചു: വഷളൻ...

“ചെക്കനെ കുറ്റം പറയാൻ പറ്റില്ല. നിക്കും തോന്നീട്ടുണ്ടങ്ങനെ...” ശാന്തൻ മാഷ് ശബ്ദം താഴ്ത്തിയാണ് സുരേഷ് മാഷോട് പറഞ്ഞതെങ്കിലും ചെവി വട്ടം പിടിച്ച ഷൈനി ടീച്ചർ കൃത്യമായി കേട്ടു. ശാന്തൻ മാഷ് നോക്കിയപ്പോൾ ടീച്ചർ മുഖം വെട്ടിച്ച് പുറത്തേക്ക് നോക്കി.

ഭാഗ്യം വരുന്ന ഓരോ വഴികൾ

"മാഷെ ഒന്നപ്പുറത്തോട്ട് വന്നേക്കാവോ?"

വിഎച്ച്എസ് സിയിലെ ടീച്ചറാണ്. പ്രിൻസിപ്പാൾ ലീവായതു കാരണം ചാർജ് കിട്ടി എക് ദിൻകാ പ്രിൻസിപ്പാൾ പദവിയുടെ ഉത്തരവാദിത്വത്തോടെ സമീർ മാഷ് ടീച്ചറെ നോക്കി. വാതിൽക്കൽ നിന്ന ടീച്ചറുടെ അടുത്തേക്ക് കാര്യമന്വേഷിച്ച് സുമേഷ് മാഷ് വരുന്നതിനു മുമ്പ് സമീർ മാഷ് സഹായ സന്നദ്ധനായി. അല്ലെങ്കിലും കൂടുതലും ഗസ്റ്റ് അധ്യാപികമാരുള്ള വിഎച്ച്എസ് യിയുടെ കാര്യത്തിൽ സുമേഷ് മാഷക്ക് അല്പം ശുഷ്കാന്തി കൂടുതലാണെന്ന തോന്നൽ സമീർ മാഷക്ക് നേരത്തെയുണ്ട്.

"എന്താ ടീച്ചറെ കാര്യം?"

ടീച്ചർ കാര്യം പറഞ്ഞ തോടെ സമീർ മാഷ് പുലിവാല് പിടിച്ച പോലായി. വി എച്ച് എസ് സി യിൽ പ്രിൻസിപ്പാൾ ലീവാണ്. കൂടുതലും ഗസ്റ്റ് അധ്യാപകരും അതിൽ തന്നെ ഭൂരിഭാഗവും ലേഡീസുമായ അവിടെ ഒരു പയ്യൻ വന്ന് ബഹളമുണ്ടാക്കുന്നു. അവനെ ഒന്ന് പുറത്തിറക്കി അവിടുത്തെ ക്രമസമാധാന പാലനം ഒന്നു നിർവ്വഹിച്ചു തരണം.

ഇവിടെ ഹയർ സെക്കണ്ടറിയിൽ പഠിപ്പിക്കുന്നവന്മാരെ തന്നെ നിയന്ത്രിക്കാൻ ബദ്ധപ്പെട്ടുമ്പോഴാണ് ഒരു പരിചയവുമില്ലാത്തവനെ മര്യാദക്കാരനാക്കാൻ പോകുന്നത് !!

പെട്ടു പോയില്ലേ... ചെന്നു നോക്കുക തന്നെ... ചുളുവിൽ പ്രശ്നമൊതുക്കി കൊടുത്താൽ സുന്ദരി ടീച്ചർമാർക്കിടയിൽ ആളാവാം. സുമേഷിനിട്ടൊരു പണിയുമാവും. !!

സമീർ മാഷ് ഇങ്ങനെയൊക്കെ കരുതി VHSE സ്റ്റാഫ് റൂമിലെത്തിയപ്പോൾ പക്ഷെ സംഗതി കുറച്ചു രൂക്ഷമായിരുന്നു. ഒരു ചെറുക്കൻ

സ്റ്റാഫ് റൂമിൽ നിന്ന് ബഹളം വെക്കുന്നു. സംസാരത്തിൽ പച്ചക്കറി മാത്രമല്ല ആവശ്യത്തിന് എല്ലും മുള്ളുമൊക്കെയുണ്ട്.

“ഇവിടെ പഠിക്കുന്നവനാ... ക്ലാസിൽ ബഹളമുണ്ടാക്കിയതിന് ഇന്നലെ പുറത്താക്കിയതാ... ഇന്ന് രക്ഷിതാവിനെ കൂട്ടി വരാൻ പറഞ്ഞു... അതിന്റെ ബാക്കിയാ ഇത്” കൂടെയുണ്ടായിരുന്ന ടീച്ചർ കാര്യം പറഞ്ഞു.

സമീർ മാഷ് സാഹചര്യം ഒന്നു വിലയിരുത്തി. സ്റ്റാഫ് റൂമിലുള്ളതെല്ലാം അധ്യാപികമാരാണ്. ചെറുക്കനാണെങ്കിൽ കായും പൂയുമൊക്കെ ചേർന്ന് കത്തിക്കയറുകയും. ആദ്യം അവനെയൊന്ന് പുറത്തിറക്കണം. സമീർ മാഷ് സ്റ്റാഫ് റൂമിലേക്ക് കയറി അവന്റെ പുറത്ത് തട്ടി.“ഞ്ഞ് ആരാടാ” ചെറുക്കൻ ചെറഞ്ഞു നിൽക്കുകയാണ്.

“ഞാനപ്പുറത്തെ പ്രിൻസിപ്പാളാ... ബാ മ്മക്ക് സംസാരിക്കാം.”

ഭാഗ്യമാണോ നിർഭാഗ്യമാണോന്നറിയില്ല. മാഷോടൊപ്പം ചെറുക്കൻ പുറത്തേക്കിറങ്ങി. HSS ഓഫീസിൽ വന്ന് കാര്യം പറഞ്ഞു ഒതുക്കാൻ ശ്രമിച്ച സമീർ മാഷക്ക് സാവകാശം അധികം കൊടുത്തില്ല. പയ്യൻ മാഷെ ഒറ്റത്തള്ള്!!

സമീർ മാഷിന്റെ സകല നിയന്ത്രണോംവിട്ടു. മാഷാണ് പ്രിൻസിപ്പൾ ചാർജാണ് എന്ന കാര്യമൊക്കെ ഒരു സെക്കൻററിൽമാഷുടെ മനസ്സിൽ ഡിലീറ്റായി. കരണകുറ്റി നോക്കി അസ്സലൊന്നങ്ങട് പെടച്ചു. പിന്നെ പ്രിൻസിപ്പാൾ മുറിയൊരു ഗോദയായി... സമീറ്മാഷും ചെറുക്കനുമായി പിടിവലി ഉരുട്ടിപ്പിടുത്തം തുടങ്ങി ഗാട്ടാ ഗുസ്തിയുടെ അസംസ്കൃത രൂപങ്ങളുടെ പൊടിപൂരം തന്നെ അരങ്ങേറി.

“മാഷെ ഓന്റെ ബേഗില് പെട്രോളുണ്ട്” പിടിവലിക്കിടയിൽ പുറത്ത് കാഴ്ചക്ക് കൂടി വന്ന കുട്ടികളിലേതോ ഒരുത്തൻ വിളിച്ചു പറഞ്ഞത് കേട്ടതോടെ സമീർ മാഷ് അതിഭീകരമായി ഞെട്ടി. പിടിവലി നടക്കുന്നതിനിടയിലും ക്രോസ് ബെൽട്ട് പോലെ ശരീരത്തിൽ പയ്യൻ ചേർത്തിട്ടിരിക്കുന്ന ബാഗിലാണ് പെട്രോൾ ഉണ്ടെന്ന് പറയുന്നത്. ഗുസ്തിക്കിടയിൽ ഒരു കൈ ഫ്രീയാക്കി ചെക്കൽ ബാഗിന്റെ സിബ്ബ് തുറക്കാൻ ശ്രമിക്കുന്നത് പെട്രോൾ പുറത്തെടുക്കാനായിരുന്നോ?”

പടച്ചോനെ... ശാരീരികമായി അവനെ ഒതുക്കി നിർത്തുകയെന്ന ലക്ഷ്യം സമീർ മാഷ് ഉപേക്ഷിക്കുകയും ബാഗ് കൈക്കലാക്കുക എന്ന ഏക ലക്ഷ്യത്തിലേക്കെത്തുകയും ചെയ്തു. “ബാബൂ... ഓന്റെ കയ്യീന്ന് ആ ബാഗ് പിടിച്ച് വാങ്ങിക്ക്” അടുക്കാതെ കാഴ്ചക്കാരായി സ്തംഭിച്ചു നിൽക്കുന്ന സ്റ്റാഫുകളിൽ ലാബ് അസിസ്റ്റൻറിനെ സമീർ മാഷ് ഗതികെട്ടു സഹായത്തിനു വിളിച്ചു.

ബാബു പിന്നെ ഒന്നും നോക്കിയില്ല. ബാഗ് ഒരുവിധം പിടിച്ചുപറിച്ച് കൈക്കലാക്കി. ബാഗ് നഷ്ടപ്പെട്ടതോടെ സമീർ മാഷെ തള്ളി മറിച്ചിട്ട് പയ്യൻ പുറത്തേക്കോടിപ്പോയി.

“സാറെ ദേ പെട്രോളുണ്ട്” ബാഗ് തുറന്ന് ബാബു മിനറൽ വാട്ടർ കുപ്പിയിൽ നിറച്ചു വെച്ച പെട്രോൾ കപ്പി കാണിച്ചു.

പിടിവലിയുടെ തളർച്ചയിൽ പൊട്ടിയ ബട്ടനൊക്കെ നേരയാക്കി തളർന്നിരുന്ന സമീർ മാഷ് മിനുട്ടുകൾക്കുള്ളിൽ കർത്തവ്യ ബോധത്തി ലേക്ക് വന്നു. “ഓനെവിടെ?”

“ഓനോടിക്കളഞ്ഞ് മാഷെ”

ബാബുവിന്റെ മറുപടി കേട്ടതോടെ മാഷ് അപകട സാധ്യത കണ്ടു. “ബാബു ഞ്ഞ് ഓനെയൊന്ന് നോക്ക്...” ബാബു പുറത്തേക്ക് പോയപ്പോൾ സമീർ മാഷ് ഫോണെടുത്ത് പോലീസ് സ്റ്റേഷനിലേക്ക് വിളിച്ചു. കാര്യങ്ങൾ വിശദമായി കേട്ട എസ്. ഐ പയ്യൻ ഓടിക്കള ഞ്ഞെന്നു പറഞ്ഞതോടെ എങ്ങോട്ടെങ്കിലും പോട്ടെ മാഷെ നമ്മൾക്ക് മെനക്കേടില്ലല്ലോ എന്ന സമാശ്വാസം പറഞ്ഞെങ്കിലും അധ്യാപകരുടെ അനുഭവ വെളിച്ചത്തിൽ തന്റെ സന്ദേഹം മറച്ചു വെച്ചില്ല. “അല്ല സാറെ ചെക്കൻ വല്ല വേണ്ടാതീനോം കാട്ട്യാലോ?”

“അങ്ങനെയായാ പ്രശ്നാവും മാഷെ... ങ്ങള് കുടുങ്ങും”

സമീർ മാഷക്ക് ശരീരത്തിലൊരു വെറയൽവന്നു. VHSE യിലെ വിവരം വന്നു പറഞ്ഞ ടീച്ചറോട് മാത്രമല്ല... അവിടുത്തെ സകലരോടും ദേഷ്യം വന്നു. ലീവെടുത്ത് തനിക്ക് ചാർജ് തന്ന പ്രിൻസിപ്പാളെ മനസ്സിൽ പ്രാകി.

“മാഷെ ങ്ങള് ഓന്റെ വിവരങ്ങള് ഒന്ന് കൊടുത്ത് വിട്... ഞങ്ങളൊന്ന് നോക്കട്ടെ. വീട്ടിലും നാട്ടിലുമില്ലാന്ന് ഒറപ്പല്ലേ?”

തെരക്കിപ്പോയ ബാബു പറഞ്ഞ വിവരങ്ങൾ മാഷ് എസ് ഐക്ക് കൈമാറി.

താനും ചെക്കനും തമ്മിൽ നടന്ന പിടിവലി കുറേ കുട്ടികൾ കണ്ടതാണ്... മാഷ് മർദ്ദിച്ച വിദ്യാർത്ഥി ആത്മഹത്യ ചെയ്തു... “ന്റെ ബദ്രീങ്ങളെ കാത്തോണേ...” അറിയുന്ന എല്ലാ പുണ്യസ്ഥലത്തും മാഷ് മനസ്സറിഞ്ഞ് നേർച്ച നേർന്നു.

സ്കൂള് വിട്ട് കുട്ടികൾ പോയ്ക്കഴിഞ്ഞും സമീർ മാഷ് ഓഫീസിൽ തന്നെ തളർന്നിരുന്നു. പേടിക്കേണ്ട മാഷെ ഓൻ വരും എന്ന ചേതമില്ലാത്ത ആശ്വാസവാക്കുകൾ പറഞ്ഞ് സഹപ്രവർത്തകരും

സ്കൂൾ വിട്ടുകൊണ്ടിരുന്നു. ബാബു മാത്രം മാഷോടൊപ്പം ഓഫീസിൽ ബാക്കിയായി. അയാൾക്കും പേടി ണ്ടായിരുന്നു. ബാഗ് പിടിച്ചുപറിച്ചെടുത്ത് താനാണല്ലോ...

പോലീസ്... അറസ്റ്റ്... ചാനലിലും പത്രങ്ങളിലും പോസ്റ്റ്മോർട്ടം... വിദ്യാർത്ഥികളുടെ പ്രതിഷേധ മാർച്ചുകൾ... സസ്പെൻഷൻ... ഡിസ്മിസൽ... സമീർ മാഷക്ക് ശരിക്കും തലചുറ്റി തുടങ്ങി.

പോലീസ് സ്റ്റേഷനിൽ നിന്നുള്ള ഫോൺ മാഷ് വിറയ്ക്കുന്ന കൈകൊണ്ടാണെടുത്തത്. "മാഷെ ചെക്കനെ കിട്ടി. തളിപ്പറമ്പ് ടൗണീന്നാ പൊക്കിയത്. ഒര് രണ്ട് മണിക്കൂറ് കൊണ്ട് ഇവിടെത്തും. ഇവനൊന്നും ഇനി അവിടെ വച്ച് രിക്കണ്ട. ടി സി കൊട്ത്ത് വിട്ടാളാ... നാളെ എന്താ ചെയ്യാന്നറീല്ലല്ലോ"

"ന്റെ സാറേ ടീസീ വേണ്ട ശിക്ഷേം വേണ്ട. ങ്ങള് ബുദ്ധിമുട്ടില്ലേല് ഒരു ഫുൾ ബിരിയാണി ആ ചങ്ങായിക്ക് വാങ്ങിക്കൊട്ത്ത് ഓനെ വീട്ടിലാക്കേക്കീ... അയിന്റെ പൈസ ഞാൻ തന്നോളാം... അടുത്തൊരാഴ്ച ഓൻറ ഫുൾ ചെലവ് എന്റെ വകേലാ"

ഓണം ബമ്പറടിച്ചാലുള്ളതിനേക്കാൾ സന്തോഷത്തോടെ സമീർ മാഷ് സ്കൂളിന്നിറങ്ങി...

മൈക്ക് മാനിയ

"അയാൾ മൈക്ക് തൊടാൻ വിടുന്നില്ല." സബ്ബ് ജില്ലാ കലോത്സവ ജനറൽ കൺവീനറോട് പരാതിയുമായി ഒരു സീനിയർ അധ്യാപകനെത്തി. സ്റ്റേജ് ഒന്നിൽ അനൗൺസ്മെന്റിന്റെ ചുമതല അദ്ദേഹത്തിനാണ്. എന്നാൽ സ്റ്റേജ് മാനേജരുടെ ചാർജുള്ള വേറൊരധ്യാപകൻ പ്രോഗ്രാം തുടങ്ങും മുമ്പേ മൈക്ക് കൈക്കലാക്കി അനൗൺസ്മെന്റ് ഏറ്റെടുത്തു. പുള്ളി പിന്നെ മൈക്ക് താഴത്തു വെച്ചിട്ടില്ല. കൺവീനർ ധർമ്മസങ്കടത്തിലായി. രണ്ടു പേരും അയാളെക്കാളും സീനിയറായവർ. കർശനമായി പറയാൻ അതു കൊണ്ട് തന്നെ ഒരു വൈമുഖ്യം.

മൈക്ക് മാനിയ (സൈക്കോളജിസ്റ്റുകൾ ക്ഷമിക്കണം) ഒരു ഇൻക്യൂറബിൾ മാനസിക പ്രശ്നമാണ്. മൈക്ക് ഉപയോഗിക്കുന്നിടത്തെല്ലാം വ്യത്യസ്ത വേർഷനിൽ ഇത്തരക്കാരെ കാണാം. ചിലർ ആരുടെയും സമ്മതത്തിനു കാക്കാതെ അതക്കേറ്റെടുക്കും. വേറെ ചിലർ ചില നമ്പറുകളിലൂടെ ഇങ്ങോട്ട് ആവശ്യപ്പെടാനുള്ള സാഹചര്യം സൃഷ്ടിച്ചെടുക്കും. ഇതിൽ ഏറ്റവും ദയനീയവും രസകരവുമായ കാര്യം ഒന്നിൽ കൂടുതൽ മൈക്ക് മിനിയാക്കുകൾ ഉണ്ടെങ്കിലാണ്. മൈക്ക് ആദ്യം കയ്യിൽ കിട്ടിയയാൾ ഭക്ഷണം പോലുമുപേക്ഷിച്ച് അത് സംരക്ഷിച്ചു നിർത്തും. താൻ മൈക്ക് തഴത്തുവെക്കുന്നതും നോക്കി കാക്ക കണ്ണുമായി വേറൊരാൾ പരിസരത്തുണ്ടെന്ന വ്യക്തവും വടിവൊത്തതുമായ ബോധം അയാൾക്കുണ്ടാവും. മൈക്ക് തീനികൾ എന്നൊരു നാടൻ പേരും ഈ രീതിയിലൂടെ ഇവർ സ്വന്തമാക്കിയിട്ടുണ്ട്.

ആരും ഒരിക്കലും പ്രതീക്ഷിക്കാത്ത രീതിയിൽ മൈക്ക് കൈമാറാതെ കാത്ത ഒരാളുടെ ബുദ്ധിവൈഭവം കൂടി പറഞ്ഞിതവസാനിപ്പിക്കാം. വേദി സ്കൂൾ കലോത്സവം തന്നെ. സ്കൂളിലെ മൈക്ക് മാനിയബാധിതരായ

രണ്ടു പേരിൽ ഒരാൾ രാവിലെ നേരത്തെ എത്തി മൈക്ക് കൈവശപ്പെടുത്തി. അടുത്തയാൾ തിരക്കിട്ട് എത്തുമ്പോഴേക്കും പുള്ളി കുട്ടികൾക്കുള്ള നിർദ്ദേശങ്ങളും സ്കൂൾ ചരിത്ര വിശദീകരണവുമൊക്കെയായി സജീവമായി കഴിഞ്ഞിരുന്നു. രണ്ടാമത്തെയാൾ ഗത്യന്തരമില്ലാതെ ഒന്നു രണ്ട് തവണ അനൗൺസ്മെൻറാവശ്യം നേരിട്ടു പറഞ്ഞ് ഗുണമൊന്നുമില്ലാതെ ഹതാശയനും വിഷണ്ണനുമായി, എന്നാൽ പ്രതീക്ഷപൂർണ്ണമായും കൈവിടാതിരിപ്പായി. അതിനൊരു കാരണം നമ്മുടെ അനൗൺസ്മെൻറ് സാറിന്റെ ഭാര്യ വീക്കെന്റായതിനാൽ ഇന്ന് വീട്ടിലേക്ക് വരും എന്ന ബോധ്യമായിരുന്നു. അവർക്ക് വീടിന്റെ താക്കോൽ കൊടുക്കാൻ പോകുന്ന നേരത്തെങ്കിലും മൈക്ക് താഴത്തുവെക്കുമല്ലോ. ആ ഒരു നിമിഷവും പ്രതീക്ഷിച്ച് പാവം അക്ഷമനായിരിപ്പായി.

ഒടുവിൽ ആ സമയമെത്തി. ക്ഷമ നശിച്ച് സ്റ്റേജിൽ ഇരുപ്പുറക്കാതിരുന്ന മാഷ് സ്കൂളിന് താഴെ ബസ്റ്റോപ്പിൽ വന്നിറങ്ങിയ അനൗൺസ്മെൻറ് സാറിന്റെ ഭാര്യയെ കാണുന്നു." മാഷെ ടീച്ചറ് വന്നു "പുള്ളിക്കാരൻ കാണാതെ പോവരുതെന്ന സദുദ്ദേശം കൊണ്ട് മാത്രമാണ് അദ്ദേഹം അനൗൺസ്മെന്റ് ചെയ്തു കൊണ്ടിരുന്ന സാറിനെ തോണ്ടി വിളിച്ചത്. മാഷ് റോഡിലേക്ക് നോക്കി ഭാര്യയെ കാണുന്നു. ഇനി ഏതു നിമിഷവും മൈക്ക് താഴെവെക്കാം. രണ്ടാമൻ തൊണ്ടയൊക്കെ ശരിയാക്കി റെഡിയായിരുന്നു.

മാഷ് മൈക്കുമായി ഇരിപ്പിടത്തിൽ നിന്നെണീക്കുന്നു. അടുത്ത പ്രോഗ്രാമിന്റെ ലിസ്റ്റുമായി വന്ന വളണ്ടിയറോട് അത് ടേബിളിൽ വെക്കാൻ ആഗ്യത്തിലൂടെ പറയുന്നു. പിന്നെ എല്ലാം പെട്ടെന്നായിരുന്നു...

"ജലജേ വീടിന്റെ താക്കോൽ പുറകിലെ ജനാലയുടെ പടിക്കു താഴെ വെച്ചിട്ടുണ്ട്." തന്റെ അനൗൺസ്മെന്റ് ഭാര്യ കേട്ടെന്ന് ഉറപ്പു വരുത്തിയ ശേഷം അദ്ദേഹം അടുത്ത ഐറ്റത്തിന്റെ അറിയിപ്പിനായി ലിസ്റ്റുകയ്യിലെടുത്തു !!

ഇങ്ങിനെ
ഒരു കൊറോണക്കാലം !

“സ്കൂള് എങ്ങിനേം തുറന്നു കിട്ട്യാ മതിയാർന്നു...”

രാജൻ മാഷ് ആകെ അസ്വസ്ഥനാണ്. സ്കൂള് ശരിക്ക് നടന്നിരുന്ന കാലത്ത് തന്നെ ലീവെടത്ത് കൃഷീം വീട്ടുകാര്യോക്കെ നോക്കി നടന്നിരുന്ന മനുഷ്യനാണ്. ഇപ്പോ ഇയ്യാക്കെന്താ സ്കൂളിപ്പോകാൻ മുട്ടി നിക്ക്ന്നത്?

“ഈ ടി പി ആറ് ഇങ്ങനെ കൂടീങ്കുറഞ്ഞു നിന്നാലെങ്ങിന്യാ മാഷേ ധൈര്യപ്പെട്ട് കുഞ്ഞങ്ങളെ സ്കൂളിലയക്വാ... അല്ല ഇങ്ങക്കിപ്പോ സ്കൂളീപ്പോയി പഠിപ്പിക്കായിട്ട് ഉറക്കില്ലാണ്ടായിക്കോ?” ഞാനുമാകെ കൺഫ്യൂഷനിലായി. ക്ലാസിൽ പോകുന്നതലർജിയായിരുന്ന മനുഷ്യനാണ്. ഭക്ഷണം കഴിക്കലും പണം സമ്പാദിക്കലും മാത്രമായിരുന്നു ഇഷ്ട പ്രവർത്തികൾ. കൊറോണ കൊണ്ടുവരുന്ന ഓരോരോ മാറ്റങ്ങൾ നോക്കണേ... സ്കൂളിലേറാതേ നടന്നോരു മാഷിനെ സ്കൂളിനായി കൊതിപ്പിച്ചതും ഭവാൻ...

“പഠിപ്പിക്കല് തന്യാ ഇപ്പോ ന്റെ പ്രശ്നം. ങ്ങക്കറിയാലോ സ്മാർട്ട് ഫോണ് ഞാനുപയോഗിക്കലില്ലാന്ന്. കമ്പ്യൂട്ടറ് അത്ര ശീലോലില്ല. ഇപ്പോ ക്ലാസാണെങ്കിലോൺ ലൈനിലും...”

എനിക്ക് കുറച്ച് സമാധാനായി. രാജൻ മാഷ് നന്നായിട്ടൊന്നുല്ല...

“ഫോണും കൊണ്ട് നടന്നതിന് ചെക്കനെ ചീത്ത പറഞ്ഞ നടന്ന ഞാൻ ഫോണും വാങ്ങി ഓനക്കൊണ്ട് തന്നെ ഗ്ലഗിൾ മീറ്റും സൂമുമെല്ലാം അയില് കാറ്റേം ചെയ്തു.”

“ഇനീപ്പെന്താ മാഷേ പ്രശ്നം? വീട്ടിലിരുന്ന് ക്ലാസെടുത്താ പോരെ?”

“ങ്ങക്കെന്താ മാഷേ... ഈ സാധനങ്ങളിലൂടെ ന്നെ ക്ലാസെടുപ്പിക്കാൻ ന്റെ ചെക്കനെത്ര മെനക്കെട്ടെന്നറിയോ. ഇപ്പോം ക്ലാസിന്റെ സമയാവുമ്പോ വല്ലാത്ത വെപ്രാളാ... സ്കൂളിലാണേൽ എടക്ക് രണ്ട് ചോദ്യേം ചോയിച്ച് തിരിഞ്ഞും മറഞ്ഞും കളിക്കുന്നോരെ രണ്ട് പറഞ്ഞ് ഒപ്പിച്ചോണ്ടിരുന്നതാ... ഇതിപ്പൊ ഈ കുഞ്ഞങ്ങള് മാത്രാ... ഓലെ രക്ഷിതാക്കളും കേൾക്ക്ണല്ലേ? പുലിവാല്പ തന്നെ...”

രാജൻ മാഷിന്റെ വലിയ ശരീരത്തിലെ അതിലും വലിയ ടെൻഷൻ ഞാൻ കണ്ടു.

“ഇന്നലെ ക്ലാസിനെടേല് ഒരു കുഞ്ഞി ചോദിക്വാ മാഷെന്താ സ്ക്രീൻ ഷെയറ് ചെയ്യാത്തേന്ന്. ന്റെ ചങ്ങായി അതെങ്ങനാന്ന് നെക്കൊരു പിടീല്ല. അടുത്ത ക്ലാസിലാവാന്നുംമ്പറഞ്ഞ് തല്ക്കാലം തടി തപ്പി. ഇനീപ്പം അതും ചെക്കനോട് ചോയിച്ചറിയണം. എത്രാന്ന് വെച്ചാ ഓന്റെ ട്ത്ത് പഠിക്കാ. ഞാനോന്റെ അച്ഛനല്ലേ... പോരാത്തേന് മാഷും...”

“ഈ നശിച്ച കൊറോണ പോയിക്കിട്ട്യാ മതിയാരുന്നു.”

രാജൻ മാഷ് പറഞ്ഞത് എന്നോടാണോ പടച്ചോനോടാണോ?

ഡബിൾ ചങ്ക്

ജീവൻ മാഷ് ആ സമയം വീട്ടിലേക്ക് വരുമെന്ന് ഞാൻ പ്രതീക്ഷിരുന്നില്ലെന്നത് സത്യമാണ്. എങ്കിലും സന്തോഷത്തോടെ ഞാൻ സ്വീകരിച്ചു. ഭാര്യ വീട്ടിലില്ലാത്തതിനാൽ ചായ ഞാൻ തന്നെയിട്ടു. അവൾ കരുതിവെച്ച ബിസ്കറ്റുമായി ഞാൻ ആതിഥേയനായി. ഒരേ സ്കൂളിൽ പഠിപ്പിക്കുന്ന അധ്യാപകരാവുമ്പോൾ സ്വാഭാവികമായും സംസാരം സ്കൂളിൽ തന്നെ വന്നു നിൽക്കും.

"മാഷേ നമ്മുടെ സ്ററാഫ് റൂമിലെ ചില സദാചാരഗുണ്ടകളെക്കൊണ്ട് തോറ്റു. ഞാനും മ്മടെ ഷീനടീച്ചറും മിണ്ടുന്നോം ചിരിക്കുന്നോണും ഇവറ്റേങ്ങക്ക് പിടിക്ക്ന്ന് ല്ല. ഒരേ വേവ് ലങ്ത് ഉള്ളവർതമ്മിലല്ലേ ഒരു കമ്മ്യൂണിക്കേഷനുണ്ടാവൂ. അവര് ചില പേഴ്സണൽ പ്രശ്നങ്ങള് ഡിസ്കസ് ചെയ്യുന്നത് നമ്മളെ ഒരുവിശ്വാസമുള്ളത് കൊണ്ടല്ലേ."

ഞാൻ ഒന്നും പറയാതെ ചിരിച്ചു കൊണ്ട് കേട്ടിരുന്നു. സ്റ്റാഫ് റൂമിലെ ഈ പുക എന്റെ മൂക്കിൻ തുമ്പത്തുമെത്തിയിരുന്നു. അടച്ചുപിടിച്ചതിനാൽ ഉള്ളിൽ കേറിയില്ല.

"മാഷെവിടുന്നാ ഈ വൈകുന്നരം?"വിഷയം മാറ്റാൻ തന്നെയാണ് ഞാൻ ചോദിച്ചത്.

"അത് മാഷേ രണ്ടുകുട്ട്യേളുടെ രക്ഷിതാക്കളെ കാണാൻ പോയതാ. വൺ സിയിലേ നിവിന്റേം നസ്രിയേന്റേം. രണ്ടും ഇന്റർവെല്ലായാ ഒന്നിച്ചിരുന്ന് ഭയങ്കരവർത്താനാ. ഷീന ടീച്ചറ് പറഞ്ഞപ്പഴാ ഞാനും ശ്രദ്ധിച്ചത്. രക്ഷിതാക്കളെ കണ്ട് കാര്യം പറഞ്ഞ്ട്ട്ണ്ട്. ബാക്കി അവര് നോക്കിക്കോട്ടെ. തെളിവും കാണിച്ച്ട്ട്ണ്ട്." മാഷ് മൊബൈലിൽ കുട്ടികൾ ഇരുന്ന് സംസാരിക്കുന്ന ഫോട്ടോ എന്നെ കാണിച്ചു...

“സ്കൂളിലേതായാലും ഈ കളി നടക്കുല്ലാന്ന് രക്ഷിതാക്കളോട് വ്യക്തമായി പറഞ്ഞിട്ടുണ്ട്.”

പ്ലേറ്റിൽ നിന്നും ഒരു ബിസ്കറ്റെടുത്ത് വായിലേക്കിട്ട് ഞാൻ വായടച്ചു.

(കഥാപാത്രങ്ങൾ സാങ്കൽപ്പികം. സാദൃശ്യം തോന്നിയാൽ ഞാൻ ഉത്തരവാദിയല്ല)

ജാക്ക് ഓഫ് ഓൾ ട്രേഡ്സ്... ബട്ട്... ??

മാഷ് വലിയ ദേഷ്യത്തിലായിരുന്നു. ആദ്യമൊന്നും എന്നെ കണ്ടഭാവം നടിച്ചില്ല. അല്പമൊന്നുതണുത്തെന്നു തോന്നിയപ്പോൾ ഞാൻ പതുക്കെ അടുത്തുചെന്നു: "എന്തുപറ്റിമാഷേ?"

"നിങ്ങളൊറ്റയൊരുത്തനാ ഇതിനെല്ലാം കാരണം. മനുഷ്യന്റെ മാനംപോയി" പകച്ചുപോയി ഞാൻ. മനസാവാചാകർമ്മണാ മാഷിനെ മാനഭംഗപ്പെടുത്താനായി ഞാനൊന്നും ചെയ്തിട്ടില്ല. പിന്നെന്താണാവോ?. "നിങ്ങളല്ലേ മനുഷ്യാ ആ കിഴങ്ങൻ അലോപ്പതിഡോക്ടറടുത്തു പോകാൻ എന്നോടു പറഞ്ഞത്."

കാര്യങ്ങളുടെ കിടപ്പുവശം എന്നിട്ടും എനിക്കത്രെക്കങ്ങട് ക്ലിയറായില്ല. വിട്ടുമാറാത്ത വയറുവേദനക്ക് പ്രകൃതിചികിത്സയും സ്വയം ചികിത്സയുമായി കഴിയുന്ന മാഷോട് ഡോക്ടറെ കാണുന്നതല്ലേ നല്ലതെന്നു ഞാൻ പറഞ്ഞത് സത്യമാണ്. അല്പം മുൻകോപമുണ്ടെങ്കിലും ഡോക്ടർ രോഗനിർണ്ണയത്തിൽ മിടുക്കനാണ്.

ബയോളജി മാഷായതിനാൽ ശാരീരികപ്രവർത്തനങ്ങളേക്കുറിച്ചല്പം ജ്ഞാനമുണ്ടെന്ന അഹംബോധത്തിനപ്പുറം അലോപ്പതി മരുന്നുകളെല്ലാം പാർശ്വഫലമുണ്ടാക്കുന്നവയാണെന്ന ഉറച്ചധാരണ പുസ്തകങ്ങളിലൂടെയും ഇന്റർനെറ്റുവഴിയും മാഷ് മനസ്സിൽ ഉറപ്പിച്ചു വച്ചിരുന്നു. അതിനാൽ അലോപ്പതിയുടെ മോശമല്ലാത്ത വിമർശകനായിരുന്നു മാഷ്. അങ്ങിനെയുള്ളയാളാണ് എന്റെ നിർബന്ധത്തിന്റെപുറത്ത് അലോപ്പതിക്കാരന്റെടുത്ത് ചികിത്സക്ക് പോയത്

"അയാളെന്നെ ചികിൽസിക്കില്ലാത്രേ. ബോറൻ"

ഞാൻ വീണ്ടും കൺഫ്യൂഷനിലായി. ചികിൽസിക്കാനല്ലെങ്കിൽ അയാളെന്തിനാ ബോർഡും തൂക്കി ഇരിക്കുന്നത്.

“പരിശോധനയൊക്കെ വിശദമായി തന്നെ നടത്തി. മരുന്നെഴുതാൻ നേരത്ത് ആന്റിബയോട്ടിക്കുകളെഴുതെണ്ടാന്നും ബാക്കി മരുന്നിലേ കണ്ടന്റും ഞാൻ ചോദിച്ച്. അന്നേരാ എന്നെ അയാള് ചികിൽസിക്കില്ലാന്നും മരുന്ന് തരുന്നില്ലാന്നും പറഞ്ഞത്.”

കാര്യത്തിലേ എന്റെ കൺഫ്യൂഷൻ ഏതാണ്ട് തീർന്നു. “ങ്ങള് മാഷാന്നുള്ള കാര്യം ഡോക്ടർക്ക് പിടികിട്ടീണ്ടാവുംല്ലേ”

“അതല്ലടോ അത്ഭുതം. ഞാനിന്നുവരേ കാണാത്ത ആ ഡോക്ടറ് ചോദിക്ക്വാ ങ്ങള് മാഷാല്ലേന്ന്.”

പുറത്ത് പറഞ്ഞില്ലെങ്കിലും ഞാൻ മനസ്സിൽ പറഞ്ഞു “അതല്ലേ മാഷെ മ്മടെ ‘മാഷത്വം.... !!!”

മാഷ്

ചൂട് അസഹനീയമായിരിക്കുന്നു. ഫാൻ ഫുൾസ്പീഡിലിട്ടാൽ രാവിലെ വിയർത്ത് കുളിച്ച് തലവേദനയോടെ എണീക്കണം. അവസാനം തീരുമാനമായി. എ. സി ഒരെണ്ണമാകാം. കാലാവസ്ഥ ഈരീതിയിൽ തുടരുമ്പോൾ എ. സി ആഡംബരമല്ല തന്നെ.

സുഹൃത്തുക്കളോടൊക്കെ അന്വേഷിച്ച് താരതമ്യേന വിലകുറവുണ്ടെന്ന് കണ്ടെത്തിയ കടയിലെത്തി. ഇഷ്ടപെട്ട ഒരെണ്ണത്തിന് വിലപേശി കുറക്കാനുള്ള ശ്രമമായി. ഒടുക്കം സഹികെട്ട സെയിൽസ്മാൻ പറഞ്ഞു: "എന്റെ സാറെ ഇപ്പോ സീസണാ അധികംകുറയില്ല".

അയാളുടെ മനസ്സിൽ പെട്ടന്നൊരു ബൾബ് കത്തി.

"മഴക്കാലത്ത് വാങ്ങാം. അപ്പൊ വിലകുറയുമല്ലോ"

സെയിൽസ്മാൻ കസ്റ്റമറെ നോക്കി

"മാഷാണല്ലേ"

മാഷിനുമാത്രം സെയിൽസ്മാൻ തന്നെ തിരിച്ചറിഞ്ഞതെങ്ങിനെയെന്ന് മനസ്സിലായില്ല.

ചില ഇലക്ഷൻ സന്ദേഹങ്ങൾ

"പ്രിസൈഡിംഗ് ഓഫീസറല്ലേ. ഒറ്റ ദിവസത്തേക്കാണെങ്കിലും മജിസ്ട്രേറ്റിന്റെ അധികാരമല്ലേ? വെടിവെക്കാൻ വരെ ഉത്തരവിടാലോ?" സിനി ടീച്ചറാണ്. വില്ലേജോഫീസിലേക്ക് കൊടുത്ത സ്റ്റാഫ് ലിസ്റ്റിൽ ജനിച്ച അന്നു മുതലുള്ള സകല രോഗങ്ങളും റിമാർക്സായി കൊടുത്തതും പോരാഞ്ഞ് കലക്ടറോഫീസിലെ പഴയ ശിഷ്യൻ വഴി പോലും ശ്രമം നടത്തി ഇലക്ഷൻ ഡ്യൂട്ടി ഒഴിവാക്കിയെടുത്താണ് ഇച്ഛാഭംഗം നിറച്ചൊരു പായ്യാരം പറച്ചില്. ശരണ്യ ടീച്ചർക്ക് നാക്ക് ചൊറിഞ്ഞു വന്നതാണ്. പിന്നെ അടക്കി.

"ഈ ടെസ്റ്റ് വോട്ട് 17Aയിലെഴുതണോ പ്രശാന്തമ്മാഷേ?" ആദ്യത്തെ ക്ലാസിൽ പങ്കെടുത്ത പുരുഷോത്തമൻ മാഷക്ക് കാര്യം അത്രയ്ക്കങ്ങ് ക്ലിയറായില്ലാന്ന് തോന്നുന്നു." അത് വേണല്ലോ മാഷേ. റിമാർക്സിലെഴുതേം വേണം

"വെളിച്ചം തട്ട്യാ വിവി പാറ്റ് തകരാവുന്നാ പറേന്നത്. കൺട്രോൾ യൂണിറ്റെങ്ങാൻ പണി മൊടക്ക്യാ പെട്ടത് തന്നെ."

പുരുഷോത്തമൻ മാഷിന്റെ ടെൻഷൻ കുറയുന്നില്ല.

"ലോക് സഭാ ഇലക്ഷനും കൂടിയുള്ളിടത്ത് വിവി പാറ്റ് രണ്ടെണ്ണമുണ്ടാവൂല്ലേ. അപ്പോ ഓരെത്ര മോക്ക്പോള് ചെയ്യിക്കണം?" നിയമസഭാ ഇലക്ഷൻ മാത്രമുള്ളിടത്താണല്ലോ തനിക്ക് ഡ്യൂട്ടി കിട്ടിയതെന്നോർത്ത് സ്വയം ആശ്വാസിക്കാൻ മാഷൊരു ശ്രമം നടത്തി.

"ഏഴ മുതൽ ഏഴവരെ ഒരു കടന്ന കയ്യായി പോയി. ഇതൊക്കെ കെട്ടിപെറുക്കി തിരിച്ചേൽപ്പിച്ച് സ്വാതന്ത്ര്യം കിട്ടണേങ്കിൽ രാത്രിയൊരു പന്ത്രണ്ട് മണിയെങ്കിലുമാവൂല്ലേ" കൂടെയുള്ളവരൊക്കെ പ്രിസൈഡിംഗ്

ഓഫീസർമാരായപ്പോൾ തന്നെ മാത്രം പോളിംഗ് ഓഫീസറാക്കിയതിൽ രാജീവൻ മാഷക്ക് ഉള്ളിൽ വിഷമമുണ്ടെങ്കിലും പുറത്ത് കാണിച്ചില്ല.

“ആറ് മണി വരെ സാധാരണ ഇലക്ഷൻ. ആറ് മുതൽ ഏഴുവരെ കോറോണ പേഷ്യന്റ്സിന് മാത്രമല്ലേ?” ക്ലാസിൽ ശ്രദ്ധിച്ചിരുന്നതിന്റെ മെച്ചം പ്രശാന്ത് മാഷ് പ്രകടിപ്പിച്ചു.

“ഷീന ടീച്ചറേ ങ്ങള് പേടിക്കേണ്ട. മ്മളെ കലക്ഷൻ സെന്റർ ഒരിടത്തല്ലേ. ഞാൻ കാറെടുക്കുന്നുണ്ട്. ടീച്ചറെ ഞാൻ വീട്ടിലെത്തിക്കാം.”

“വേണ്ട മാഷെ. ഹസ്ബന്റ് ഡ്യൂട്ടി കഴിഞ്ഞ് വന്ന് കൂട്ടിക്കോളും. അത് വരെ അവിടെ നിന്നാ മതിയല്ലോ”. ലോലമനസ്കനായ സുരേഷ് മാഷിന്റെ വർണ്ണ മനോഹര ഓഫർ ടീച്ചർ നിഷ്കരുണം നിരസിച്ചു കളഞ്ഞു. ടെൻഷനിടയിലും പുരുഷോത്തമൻ മാഷിനത് ചെറിയൊരു സന്തോഷം നൽകി.

ആദ്യമായി പ്രിസൈഡിംഗ് ഓഫീസറായ ശരണ്യ ടീച്ചർക്ക് വിവിപാറ്റ്, കൺട്രോൾ യൂണിറ്റ്, കൊറോണ പേഷ്യന്റ്, 17 A, B, C, ടെസ്റ്റ് വോട്ട്, ചലഞ്ച് വോട്ട് എന്നൊക്കെ കേട്ടതോടെ ഈ പണി തന്നെ രാജി വെച്ചാലോന്ന് തോന്നിപ്പോയി. ഹൗസിംഗ് ലോണും കാർ ലോണുമെല്ലാം തൊട്ടടുത്ത സെക്കന്റിൽ മനസ്സിൽ കയറി വന്നതോടെ ആ ചിന്തകളെ വെടിവെക്കാൻ ടീച്ചർ മനസ്സിന് ഉത്തരവു കൊടുത്തു.

പ്രിസൈഡിംഗ് ഓഫീസറോടാ കളി!!

പ്രസംഗമാണ് മുഖ്യം(?)

പൊതുവിദ്യാഭ്യാസസംരക്ഷണ യജ്ഞത്തിന്റെ ഭാഗമായുള്ള സ്കൂൾ കൂട്ടായ്മയ്ക്ക് അരവിന്ദൻ മാഷ് വലിയ ഉത്സാഹത്തിലാണ് പോയത്. തന്റെ രണ്ടു മക്കളെയും പൊതുവിദ്യാലയത്തിലാണ് പഠിപ്പിക്കുന്നത് എന്നതുതന്നെയായിരുന്നു ഉത്സാഹത്തിന്റെ യഥാർത്ഥകാരണം.

വാർഡ് മെമ്പർ അധ്യക്ഷനായി പഞ്ചായത്ത് പ്രസിഡന്റ് ഉദ്ഘാടനം ചെയ്ത യോഗത്തിൽ മുഖ്യപ്രഭാഷകൻ സ്കൂളിലേ പൂർവ്വ വിദ്യാർത്ഥിയും പൊതുവിദ്യാലയത്തിൽ പഠിച്ച് സർക്കാർ സർവ്വീസിൽ ഉയർന്നജോലി നേടിയയാളുമായ രവീന്ദ്രനായിരുന്നു. പൊതുവിദ്യാലയസംരക്ഷണയജ്ഞത്തിന്റെ ഉദ്ദേശ്യത്തേയും ഈ സംരംഭം വിജയിപ്പിക്കേണ്ടതിന്റെ പ്രാധാന്യത്തേയും കുറിച്ച് ആമുഖമായി പറഞ്ഞ രവീന്ദ്രൻ, പൊതുവിദ്യാലയത്തിൽ ജോലിചെയ്ത് സർക്കാരിൽ നിന്നും ശമ്പളംപറ്റി സ്വന്തം മക്കളെ CBSE_സ്വകാര്യവിദ്യാലയങ്ങളിൽ പഠിപ്പിക്കുന്ന അധ്യാപകരുടെ ഇരട്ടത്താപ്പിനേ കണക്കിനു വിമർശിക്കുകയും കളിയാക്കുകയും ചെയ്യുന്നത് കേട്ട് അരവിന്ദൻ മാഷ് തന്റെ ഒപ്പമിരിക്കുന്ന ചില മാഷന്മാരേ ഒളികണ്ണിട്ട് നോക്കി. മുഖം വീർപ്പിച്ചിരിക്കുന്ന അവരേ കണ്ടപ്പോൾ ശരിവഴി തെരഞ്ഞെടുത്ത തന്നെക്കുറിച്ച് മാഷക്ക് അനൽപ്പമായ അഭിമാനമുണ്ടായി.

യോഗം കഴിഞ്ഞ് പോകാനിറങ്ങിയ രവീന്ദ്രനേകണ്ട് അരവിന്ദൻ മാഷ് പരിചയം പുതുക്കി. തന്റെ മകന്റെ പ്രായമായതിനാൽ SSLC കഴിഞ്ഞിട്ടുണ്ടാവാമെന്നു കരുതി മകന്റെ റിസൽട്ടു തിരക്കിയ അരവിന്ദനോട്: “CBSE പത്താം ക്ലാസ് റിസൽട്ട് വന്നില്ലല്ലോ അരവിന്ദാ”എന്നു പറഞ്ഞ് രവീന്ദ്രൻ സാർ കാറിൽ കയറി യാത്രയായി...

തല്പരകക്ഷി

"ഞായറാഴ്ചയല്ലേ സജീവൻ മാഷിന്റെ ഹൗസ്വാമിങ്ങ്. ഒരു പതിനൊന്ന് മണിക്ക് എല്ലാരും സ്കൂളിലെത്തിയാമതി. ട്രാവലറ് ബുക്ക് ചെയ്തിട്ടുണ്ട്." സ്റ്റാഫ് സെക്രട്ടറിയുടെ ഉത്തരവാദിത്വത്തോടെ വിനോദൻ മാഷ് എല്ലാവരും കേൾക്കാനായി പറഞ്ഞു.

"ഹസ്ബന്റ് സജീവൻ മാഷിന്റെ ക്ലാസ് മേറ്റാ... ഞങ്ങള് രണ്ടാളും നേരിട്ട് വീട്ടിലെത്വേയുള്ളൂ" ബിന്ദു ടീച്ചറ് കാര്യം വ്യക്തമാക്കിയത് വിനോദന്മാഷക്കത്ര ദഹിച്ചില്ല...

"എങ്ങനെ പോയാലും ട്രാവലറിന്റെ വീതം തരണേ ടീച്ചറേ... എല്ലാവരും ഉണ്ടാവൂന്ന് കരുതിയാ 17 സീറ്റ് ബുക്കുചെയ്തത്."

വീതം കൊടുക്കേണ്ട കാര്യം ബിന്ദു ടീച്ചർക്കിഷ്ടപെട്ടില്ലെങ്കിലും "തന്നേക്കാം മാഷെ... ങ്ങള് ബേജാറാവണ്ട" എന്ന് പുറമെ ചിരി കാണിച്ച് വിനോദൻ മാഷെ ആശ്വസിപ്പിച്ചു.

സ്റ്റാഫ് റൂമിൽ ആളൊഴിഞ്ഞ സമയം വിജയൻ മാഷ് വിനോദൻ മാഷിന്റെ സീറ്റിനടുത്തെത്തി. "ബാക്കിയെല്ലാം സെറ്റല്ലേ വിനോദാ"

"ങ്ങള് പേടിക്കാണ്ടിരി മാഷെ... സജീവൻ അതിന്റെ ഏർപ്പാടൊക്കെ ചെയ്തിട്ടുണ്ട്. ഓന്റെ ഒരു ചങ്ങായീന്റെ വീട്ടില്"

"ഗോപാലൻ മാഷെ എന്താ ചെയ്യാ?" വിജയൻ മാഷ്ടെ അങ്കലാപ്പ് വിനോദൻ മാഷക്കും ഉണ്ടായെങ്കിലും "വഴീണ്ടാക്കാം മാഷെ" എന്ന് പറഞ്ഞ് തൽക്കാലം ആശ്വസിപ്പിച്ചു. മനസ്സിൽ കൺഫ്യൂഷനുണ്ടായിരുന്നു. ഗോപാലൻ മാഷെ എങ്ങനാ ഒഴിവാക്വ.

സ്കൂളിൽ ഗോപാലൻ മാഷ് വേറിട്ടൊരു കഥാപാത്രമായിരുന്നു.

പ്രായത്തിനൊത്ത പക്വതയും സംസാരത്തിലെ ആധികാരതയുമൊക്കെ കണക്കിലെടുത്ത് സ്റ്റാഫ് റൂമിലെ ചില നേരമ്പോക്കുകൾക്ക് മാഷ് ക്ലാസ് കഴിഞ്ഞ് വന്നാൽ ഒരു നിയന്ത്രണം വരും. സകല അലവലാതിത്തരങ്ങളും ഹോൾസൈലായും റീട്ടൈലായും എത്തിച്ചിരുന്ന ഷൈജു മാഷ് പോലും ഗോപാലൻ മാഷുടെ അടുത്തെത്തുമ്പോൾ ഒരു ടിപ്പിക്കൽ അധ്യാപകനാകും... സ്റ്റാഫ് ടൂറിന്റെ തയ്യാറെടുപ്പിനിടയിലെ തല്പരകക്ഷി മീറ്റിംഗിൽ വിജയൻ മാഷിന് ഒരേയൊരു നിർദ്ദേശമേ ഉണ്ടായിരുന്നുള്ളൂ. ലേഡീസിനും ഗോപാലൻ മാഷക്കും പിടികിട്ടരുത്. അത് വിജയകരമാക്കി നടപ്പാക്കാൻ ഷൈജു മാഷ് വൈറ്റ് റം അരലിറ്ററിന്റെ മിനറൽ വാട്ടർ കുപ്പികളിൽ ആവശ്യത്തിന് ശുദ്ധജലം ചേർത്ത് തല്പരകക്ഷികൾക്ക് സമയാസമയങ്ങളിൽ എത്തിച്ചു കൊടുക്കുകയും ഒളിമറയില്ലാതെ നിഷ്കളങ്ക പരബ്രഹ്മങ്ങളായി ഗോപാലൻ മാഷക്കൊപ്പം നടന്നടിക്കാനും സാഹചര്യമൊരുക്കിയതിന് പ്രത്യേകം കൃതജ്ഞത തന്നെ വിജയൻ മാഷ് രേഖപ്പെടുത്തിയിരുന്നു.

ഞായറാഴ്ച 10. 30 ന് തന്നെ സ്കൂളിലെത്തിയ ബിന്ദു ടീച്ചറെ കണ്ട് വിനോദൻ മാഷക്ക് അത്ഭുതമായി "ടീച്ചറ് ഹസ്ബന്റിന്റെ കൂടെ പോക്വാന്ന് പറഞ്ഞിട്ട്?"

"എന്തായാലും ട്രാവലിറിന്റെ ഷെയറ് തരണം. എന്നാ പിന്നെ ഇതിൽ പോകാന്ന് കരുതി. ഹസ്ബന്റ് വൈകീട്ട് പോയ്ക്കോളും" എന്നോടാ കളിയെന്ന മട്ടിൽ ബിന്ദു ടീച്ചർ ചിരിച്ചു.

വണ്ടിയെടുക്കാൻ നേരത്താണ് ഗോപാലൻ മാഷെത്തിയത്. വരില്ലാന്ന് കരുതി ആശ്വസിച്ചിരുന്ന വിജയൻ മാഷ് വിനോദൻ മാഷെ നോക്കി. അങ്ങേര് തിരിച്ചും.

സജീവൻ മാഷിന്റെ വീട് ഗംഭീരമായിരുന്നു. "ഒരു കോടീടത്ത് ആയിട്ടുണ്ടാവും" ഷൈജു മാഷ് ആത്മഗതം ചെയ്തു.

"ഓനെത്രയാലോണെടുത്തത്?" വിജയൻ മാഷുടെ ചോദ്യത്തിന് "അതെന്താ മാഷേ" എന്ന് ഷൈജു മാഷ് ചിരിച്ചു കൊണ്ടൊരു മറുചോദ്യമെറിഞ്ഞു.

"അല്ല ലോണെടുക്കാതെ ഏതുമാഷാ വീട് വെച്ചത്?! മാഷ് -വീട് -ലോണ് എന്നല്ലേ?"

"ഓന് ലോണൊന്നും വേണ്ട മാഷെ... ഭാര്യവീട്ടില് നല്ല കഴിവുള്ള കൂട്ടത്തിലാ..."

പുത്തൻവീടിന്റെ ഇന്റീരിയർ ഭംഗി ആസ്വദിച്ച് ലേഡീസ് അകത്തിരുന്നപ്പോൾ വിനോദൻ മാഷുടെ കണ്ണടയാളത്തിൽ ആൺ ടീച്ചർമാർ

ഓരോരുത്തരായി പുറത്തേക്കിറങ്ങി... കൂടെ ഗോപാലൻ മാഷും. "ഈ പഹയനെയിപ്പം എന്താ ചെയ്യാ?" അസഹിഷ്ണനായി വിജയൻ മാഷ് മുരണ്ടു. "കാര്യമെന്തായാലുംദൌത്യം ഒടുവിൽ വിനോദൻ മാഷക്ക് ഏറ്റെടുത്തല്ലേ ഒക്കൂ... കാരണം പുള്ളി സ്റ്റാഫ് സെക്രട്ടറി കൂടിയാണല്ലോ..."

"മാഷെ..." ഗോപാലൻ മാഷിനെ പുറകീന്ന് തോണ്ടി വിനോദൻ മാഷ് വിളിച്ചു.

"ഭക്ഷണത്തിന് മുമ്പ് ചെറിയൊരു പരിപാടിയുണ്ടായിരുന്നു. മാഷ് ഒന്നും കരുതരുത്..." പതിഞ്ഞ ശബ്ദത്തിലെ വിനോദൻ മാഷുടെ പരുങ്ങൽ കണ്ട് ഗോപാലൻ മാഷൊന്ന് ചിരിച്ചു...

"അതെനക്കും അറിയാം വിനോദാ... ഞാനുമൊരു തല്പരകക്ഷി തന്ന്യാടോ"

മഞ്ജിമക്കൊരു ചുരിദാർ

പുതിയ മലയാളം ടീച്ചറ് വന്നതോടെ സ്റ്റാഫ്റൂം അക്ഷരാർത്ഥത്തിൽ ഒന്ന് മാറിയിട്ടുണ്ടെന്നത് സത്യമാണ്. മാറിപ്പോയ പ്രമോദൻ മാഷ് ഒരു അഗ്രസ്സീവ് ബുജിയായായിരുന്നു. സകലതിനേയും വിമർശിക്കുകയും ഒന്നും ചെയ്യാതിരിക്കുകയും എന്നൊരു നയം പിന്തുടർന്നൊരാൾ. സ്കൂളിനടുത്തു തന്നെയായിരുന്നു വീട്. ട്രാൻസ്ഫർ അപേക്ഷ കൊടുക്കേണ്ട അവസാന ദിനം പ്രിൻസിപ്പാളിനോട് അപ്പോൾ തോന്നിയ അനിഷ്ടത്തിനു പുറത്ത് അപേക്ഷ കൊടുത്തതാണ് കക്ഷി. സമയനഷ്ടം വരുത്താതെ പ്രിൻസിപ്പാളത് ഫോർവേഡും ചെയ്തു. ട്രാൻസ്ഫർ കിട്ടി കുറച്ചകലെയുള്ള സ്കൂളിൽ അപ്രധാനിയായി ഒതുങ്ങിയിരിക്കുമ്പോൾ പലവട്ടം പ്രമോദൻ മാഷ് വിണ്ടു വിചാരമില്ലാത്ത തീരുമാനത്തിൽ പരിതപിച്ചിരിക്കണം.

പറഞ്ഞു വന്നത് പുതിയ മലയാളം ടീച്ചറേക്കുറിച്ചാണല്ലോ. സകല സ്കൂളിലേയും സകല കാര്യങ്ങളും നേരത്തെ അറിയുകയും അറിയിക്കുകയും ചെയ്യാറുള്ള പ്രകാശൻ മാഷ് പുതിയ ടീച്ചർ സ്കൂളിലെത്തും മുമ്പേ പൈലറ്റ് നോട്ടീസിറക്കി: "വരുന്ന മലയാളം ടീച്ചറ് മിസ്സ്ട്രെസ്സുരായിരുന്നു..."

കുറേ മനസ്സുകളിൽ ലഡുവും ജിലേബിയുമൊക്കെ ഒന്നിച്ചു പൊട്ടിയെന്നത് സത്യം. എന്നാൽ അതുവരെ മിസ്. സ്കൂളാക്കി കൊണ്ടു നടന്ന ദ്യുതി ടീച്ചറുടെ മുഖം നന്നായി മങ്ങിയത് ആവേശത്തിൽ പ്രകാശൻ മാഷ് ശ്രദ്ധിച്ചുമില്ല. സജീവൻ മാഷ് തന്റെ തൊട്ടടുത്ത് പ്രമോദൻ മാഷ് പോയതോടെ അനാഥമായ മേശയിലെ വിരിപ്പൊന്ന് തട്ടിക്കുടഞ്ഞു. പഴയ മിസ്. തൃശ്ശൂരിരിക്കേണ്ട കസേരയും മേശയുമല്ലേ. നരച്ച താടിയും തടവി തർക്കവും പറഞ്ഞിരിക്കാറുള്ള പ്രമോദൻ മാഷ് പോയതെത്ര നന്നായി...

സജീവൻ മാഷുടെ മധുര മനോജ്ഞ സങ്കൽപ്പങ്ങളെ അധികം വളരാൻ വിടാതെ സ്റ്റാഫ് സെക്രട്ടറി നിഷാകുമാരി ടീച്ചർ നിഷ്കരുണം തകർത്തു കളഞ്ഞു. ലേഡീസ് നിര അവസാനിക്കുന്നിടത്തിരുന്നിരുന്ന സുനിൽ മാഷെ പ്രമോദ് സാറിന്റെ സീറ്റിലേക്ക് മാറ്റിയിരുത്തി പുതിയ ടീച്ചർക്ക് മേശയും ഇരിപ്പിടവുമൊരുക്കി ടീച്ചർ കൃതാർത്ഥയായി.

മഞ്ജിമ ടീച്ചർ വന്ന ദിവസം തന്നെ ജനാർദ്ദനൻ മാഷ് ആദ്യമായി പാന്റ്സിട്ടു സ്കൂളിലെത്തിയത് ടീച്ചറുടെ മുന്നിൽ പരിഷ്കാരിയാവാനാണെന്ന ഒരു പരിഹാസ ദൂഷണം പുകഞ്ഞെങ്കിലും മാഷ് അത് വകവെച്ചില്ല എന്ന് മാത്രമല്ല അലസമായി നീട്ടി വളർത്തിയ താടിയൊക്കെ വടിച്ച് മൂപ്പർഇത്തിരി സുന്ദര കുട്ടപ്പനുമായി.

ഏതായാലും എക്സ് മിസ് തൃശ്ശൂർ മഞ്ജിമ ടീച്ചർ സ്റ്റാഫ് റൂമിൽ വലിയ ചലനമുണ്ടാക്കിയെന്നത് സത്യമാണ്. പുരുഷന്മാരിൽ അത് കൂടുതലും ഗുണപരമായ മാറ്റങ്ങളായിരുന്നു. ഉഴപ്പി ലീവെടുത്ത് നടന്നിരുന്നവർ പോലും കൃത്യമായി സ്കൂളിൽ വരാനും സ്റ്റാഫ് റൂമിൽ കൂടുതൽ സമയം സദാ സേവന സന്നദ്ധരാവാനും തുടങ്ങിയെന്നത് മാത്രമല്ല പലരുടെയും ഡ്രെസ്സ് സെൻസ് നന്നാവാനും തുടങ്ങി. ടൈം ടേബിളിന്റെ കോപ്പിയെടുത്ത് നൽകിയും ഭാഷാ രജിസ്റ്റർ എഴുതി സഹായിച്ചും മഞ്ജിമ ടീച്ചറുടെ അടുത്ത് എനി ടൈം അറ്റ് യുവർ സർവ്വീസ് എന്ന നിലയിലുമായി.

വനിതാ വിഭാഗത്തിനിതൊന്നും അത്ര രസിച്ചില്ലെങ്കിലും പുറമെ കാണിക്കാതെ അവർക്കു മാത്രമായി രൂപം നൽകിയ വാട്ട്സ്ആപ്പ് ഗ്രൂപ്പിൽ വന്ന ദിവസം തന്നെ ടീച്ചറെ ആഡ് ചെയ്യുകയും മഞ്ജിമടീച്ചറോടൊപ്പം ചിരി മുഖവുമായി ചേർന്ന് നിന്ന് സെൽഫിയെടുത്ത് പോസ്റ്റ് ചെയ്ത് അതിനിടയിൽ അഭിനന്ദനങ്ങളും സ്നേഹവും കാണിക്കുന്ന ഇമോജികൾ ഇട്ട് ജോറാക്കുകയും ചെയ്തു. എന്നാൽ ഇതേ ദിവസം തന്നെ ദ്യുതി ടീച്ചർ ബിന്ദു ടീച്ചറേയും ഷേർളി ടീച്ചറേയും ചേർത്തൊരു സ്പെഷൽ വാട്ട്സ് ആപ്പ് ഗ്രൂപ്പ് അവർക്ക് മാത്രമായി ഉണ്ടാക്കുകയും മഞ്ജിമ ടീച്ചറുടെ കുറ്റവിചാരണകളും അസ്വസ്ഥതകളും പങ്കുവെക്കുകയും ചെയ്തു. എന്നാൽ പുറത്ത് സ്നേഹം വഴിഞ്ഞൊഴുക്കിവിടാൻ മടിയൊന്നും കാണിച്ചുമില്ല.

സംഗതി ഇങ്ങനെയൊക്കെയായതിൽ കുറ്റം പറയാനും പറ്റില്ല. മിസ് തൃശ്ശൂരല്ല, മിസ്. കേരളയാവാനുള്ള യോഗ്യത മഞ്ജിമ ടീച്ചർക്കുണ്ടെന്നത് വലിയ തർക്കമൊന്നുമില്ലാത്ത കാര്യം തന്നെയായിരുന്നു. ഹയർ സെക്കണ്ടറിയിൽ തന്റെ സേവനം നൽകാൻ താല്പര്യം കാണിക്കാതിരുന്ന ഫിസിക്കൽ എഡ്യുക്കേഷൻ സാറായ ബെന്നിസാർ കൂടുതൽ സമയവും ഹയർ സെക്കണ്ടറി സ്റ്റാഫ് റൂമിലായി. മിസ് തൃശ്ശൂർ

മത്സരത്തെക്കുറിച്ചൊക്കെ ചോദിച്ചറിഞ്ഞതിനു ശേഷം "ടീച്ചർക്ക് മിസ് കേരള മത്സരത്തിൽ പങ്കെടുക്കായിരുന്നു. ഉറപ്പായും കിട്ടിയേനെ" എന്നൊരു സുഖിപ്പിക്കൽ വാചകം ഫിറ്റ് ചെയ്തത് ടീച്ചറുടെ ഒരു സന്തോഷ ചിരി പകരം നേടി കൃതാർത്ഥനായി. "ശരിയാ ടീച്ചറെ ഞാനുമത് പറയാനിരിക്യായിരുന്നു" എന്ന് എറ്റുപിടിച്ച ബിന്ദു ടീച്ചർ ദ്യുതി ടീച്ചർ മാത്രം കാണുന്ന തരത്തിൽ മുഖം കൊണ്ട് പരിഹാസത്തിന്റെ ഒരു പ്രത്യേക ആക്ഷൻ കാണിച്ചു.

പിള്ളേരുടെ കാര്യമായിരുന്നു അതിവിചിത്രം... വഷളന്മാരും കുഴപ്പക്കാരുമെന്ന് പേരെടുത്ത പ്ലസ് ടു കൊമേഴ്സുകാർ മഞ്ജിമ ടീച്ചറുടെ ക്ലാസിൽ ശാന്തരും സമാധാന പ്രിയരുമായത് എങ്ങിനെയെന്ന് തല പുകച്ച് പുകച്ച് കത്തി തീരുംമുമ്പ് ദ്യുതി ടീച്ചർ കണ്ടുപിടിച്ചു. സാരി ഇറക്കിയുടുത്തു വരുന്ന മഞ്ജിമടീച്ചറുടെ വയറും നോക്കിയിരിപ്പാണത്രേ സകല വഷളന്മാരും."ഇങ്ങനെയൊന്നും നമ്മൾക്ക് പിള്ളാരെ അടക്കിയിരുത്താൻ പറ്റില്ലപ്പാ" എന്ന നിഷ്കളങ്കത തേച്ചുപിടിപ്പിക്കാൻ ശ്രമിച്ച കമന്റ് പക്ഷെ മാഷമ്മാരാരും ഏറ്റുപിടിച്ചില്ല. ഇതിനെങ്ങാൻ വല്ല പബ്ലിസിറ്റിയും കിട്ടി ടീച്ചർ വസ്ത്ര രീതിയെങ്ങാനും മാറ്റിയാലോ എന്നായിരുന്നു അവരുടെ സന്ദേഹം. എന്നാൽ ദ്യുതി ടീച്ചർ അവരുടെ കോർ ഗ്രൂപ്പിൽ ഇതിനെതിരെ അതിശക്തമായൊരു പ്രതിഷേധ അധിക്ഷേപ ചർച്ച നടത്തി തന്റെ രോഷം തീർത്തു.

സ്വതവേ സ്ത്രീ വിരോധിയും ഗൗരവ പ്രകൃതിയുമായ പങ്കജാക്ഷൻ മാഷുടെ മാറ്റമായിരുന്നു അത്ഭുതവും വിചിത്രവ്യം ദയനീയവും. നാട്ടിലെ സ്വയം സഹായസംഘത്തിന്റെ പഴനി ടൂറിന് പോയ മാഷ് സ്കൂളിൽ വന്നത് ഒരു കവറും കൊണ്ടായിരുന്നു. സീനിയർ ടീച്ചർമാരായരാജി ടീച്ചർക്കും സത്യഭാമ ടീച്ചർക്കും ഓരോ സാരി. കൂട്ടത്തിലൊരു കവറുമായി സ്റ്റാഫ് റൂമിൽ തിരക്കൊഴിഞ്ഞ സമയം മാഷ് മഞ്ജിമ ടീച്ചർക്കരികിലെത്തി. "ടീച്ചറെ എന്റെ ഒരു പ്രസന്റാ"

"എന്തുട്ടാ സാറേ"

"ഒരു ചുരിദാർ. ടൂറിന് പോയപ്പോ ടീച്ചർക്കായി വാങ്ങിയതാ..." ഗൌരവമൊക്കെ അലിയിച്ച് മാഷ് വിലോലനായി...

ടീച്ചറൊന്ന് ഞെട്ടിയെന്നത് സത്യം. ഇവിടെ വന്നപ്പോൾ പല തരം സഹായ മനസ്കരെ കണ്ടിട്ടുണ്ടെങ്കിലും പങ്കജാക്ഷൻ സാറ്:... !!

"താങ്ക്സ് ണ്ട് സാറെ... ഒന്നും തോന്നരുത് ട്ടോ... എന്നെ നിർബന്ധിക്കരുത്."

നിർബന്ധിക്കാൻ മാഷക്ക് പറ്റിയില്ല. അപ്പോഴേക്കും പ്രകാശൻ മാഷ് ക്ലാസു കഴിഞ്ഞു വന്നുകഴിഞ്ഞു.

പങ്കജാക്ഷൻ മാഷ് ആകെ നിരാശനും വിഷണ്ണനുമായി. ഭാര്യയോടൊപ്പം ടൂറിന് പോയപ്പോൾ സ്കൂളിൽ നിന്നും ടീച്ചർമാർ മുൻകൂട്ടി പണം തന്ന് ഏൽപ്പിച്ചതാണെന്ന് പറഞ്ഞ് വാങ്ങിയതിൽ ഈ ചുരിദാറ് മാത്ര മെങ്ങിനെ തിരിച്ചുകൊണ്ടോവും... "ഓക്കെങ്ങാനും തിരിഞ്ഞാ ഞാനീ ഷാളിൽ കെട്ടി ചാ വേണ്ടി വരുമല്ലോ പടച്ചോനെ"

"സാരോല്ല മാഷെ ഞാൻ ചുരിദാറും ഇടാറ്ണ്ട്"

പങ്കജാക്ഷൻ മാഷുടെ ധർമ്മസങ്കട ആത്മഗതത്തിന് രാജി ടീച്ചർ എളുപ്പത്തിലൊരു പരിഹാരം നിർദ്ദേശിച്ചു.

ജിന്ന് കയറിയ വാതിൽ

"കള്ളൻ.... കള്ളൻ"

രാത്രി പത്തര മണിയോടടുപ്പിച്ച് ജലീൽ മാഷുടെ വീട്ടിൽ നിന്നും ഉച്ചത്തിലുള്ള ബഹളം കേട്ടാണോടി ചെന്നത്. ഞാൻ എത്തു മ്പോഴേക്കും അയൽക്കാരായ സുകു,സന്തോഷ്, അസ്ലം... തുടങ്ങി പത്ത് പന്ത്രണ്ടാൾക്കാർ വേറെയുമെത്തിയിട്ടുണ്ട്.

വരാന്തയുടെ അറ്റത്തുള്ള മുറിയുടെ മുന്നിൽ മാഷും ഭാര്യയും മാഷിന്റെ ഉപ്പ് സെയ്താലിക്കയും കൂടി നിന്ന് ബഹളം വെക്കുന്നു.

"നായിന്റെ മോനേ ... അനക്ക് നന്ന് വീട്ടീ തന്നെ കാരണോ?" സെയ്താലിക്ക തെറിയഭിഷേകം നടത്തുന്നുണ്ട്. ജലീൽ മാഷും തന്നാലാവും വിധം ബഹളം വെക്കുന്നു.

"ഏട്യാ മാഷേ കള്ളൻ?"

"ഈ ന്റാത്ത്ണ്ട് ആ ഹിമാറ്" സെയ്താലിക്ക അടച്ചിട്ട മുറിയുടെ നേർക്ക് ചൂണ്ടി.

സംഭവം ജലീൽ മാഷ് ചുരുക്കി പറഞ്ഞു. വരാന്തയിലിരുന്ന് മാഷ് സെറ്റ് പരീക്ഷക്ക് തയ്യാറെടുക്കുകയായിരുന്നു. മൂന്നു പ്രാവശ്യ മായി തന്നെ പറ്റിക്കുന്ന "ഹമുക്കിനെ" മെരുക്കാനുള്ള കഠിനശ്രമം. ഒരു സപ്പോർട്ടിനായി ഭാര്യയും കുറെ സമയം കൂടെയിരുന്നു. ഒടുക്കം നന്നായി ഉറക്കം വന്നപ്പോൾ കിടന്നേക്കാം എന്നു കരുതിമുറിയിലേക്ക് ചെന്നപ്പോൾ നേരത്തെ ചാരിയിട്ടിരുന്ന വാതിൽ ഇപ്പോൾ അകത്തു നിന്നും ആരോപൂട്ടിയിരിക്കുന്നു. പിടിക്കുമെന്നായപ്പോൾ കള്ളൻ ചെയ്ത അബദ്ധം... അല്ലാതെന്താ.?! മാഷും ഉപ്പയും ഒക്കെ വന്ന് ബഹളവും തുടങ്ങി.

കാര്യങ്ങൾ അറിഞ്ഞതോടെ ഞങ്ങൾ അനന്തര നടപടികൾ ചിന്തിച്ചു തുടങ്ങി.കൂട്ടത്തിൽ സാഹസികനായ സുകു പിൻവശത്തെ അടച്ചിട്ട ജനൽ തുറന്ന് കള്ളന്റെ നീക്കങ്ങൾ അറിയാനൊരു ശ്രമം നടത്തി.

"സുകുവേ ആ ബലാല് വല്ലോം കൊണ്ട് കണ്ണീ കുത്തും .. ഇഞ്ഞ് ഇങ്ങ് പോര്" ജലീൽ മാഷ് സുകുവിന്റെ ശ്രമം വിലക്കി.

കള്ളനെ കീഴടക്കിയേ പറ്റൂ... സുകുതന്നെ നേതൃത്വം ഏറ്റെടുത്തു. "ഞാൻ വാതിൽ ചവുട്ടി തുറക്കും... പുറത്തു ചാടിയാൽ പിടിച്ചോണം"

"പോലീസിലറിക്കേണ്ടേ.. ഓര് വന്നിട്ട് പോരെ?" സെയ്താലിക്കാക്ക് വാതിലിന്റെ കാര്യമോർത്ത് ബേജാറായി.

"ന്റെ സെയ്താലിക്കാ ... ഓര് വന്നാല് ഓന് നന്നായി രണ്ട് കൊടുക്കാമ്പറ്റൂല്ല." സുകു ആവേശത്തിലാണ്.

ഏതായാലും സുകുവിന്റെ നിർദ്ദേശാനുസരണം ഞങ്ങൾ മുണ്ടൊക്കെ മാടി കെട്ടി തയ്യാറായി നിന്നു.

സുകു രണ്ടടി പുറകോട്ടു മാറി അടഞ്ഞ വാതിലിൽ ചാടി ഒറ്റ ചവിട്ട്. ചവിട്ടിന്റെ ശക്തിയിൽ പെട്ടെന്ന് തുറന്ന വാതിലിലൂടെ സുകു അകത്തേക്ക് വീണു. കള്ളനെ പിടിക്കാൻ തയ്യാറായി നിന്ന ഞങ്ങളിലേക്ക് പക്ഷെ ഒറ്റ കള്ളനും വന്നില്ല .നടുവും തല്ലി മുറിയിൽ വീണ സുകു വീണത് വിദ്യയാക്കുന്ന മട്ടിൽ എണീറ്റ് അകം മുഴുവൻ പരിശോധിച്ചു. എന്നിട്ട് അകത്തുനിന്നു തന്നെ പ്രഖ്യാപിച്ചു. "ഇവിടെയാരുമില്ല."

ജലീൽ മാഷ് വിശ്വാസം വരാതെ മുറിക്കകത്ത് കയറി വിശദമായി പരിശോധിച്ചു.കള്ളന്റെ പൊടി പോലുമില്ല

"ജിന്നെങ്ങാനാണോ?" മാഷിന്റെ ഭാര്യ മാഷ് കേൾക്കാൻ വേണ്ടി മാത്രമാണ് പറഞ്ഞതെങ്കിലും ഞങ്ങളെല്ലാവരും കേട്ടു .

ജിന്നെന്ന് കേട്ടതോടെ നിരീശ്വരവാദിയായ അസ്ലം സഖാവിലെ ശാസ്ത്രസാഹിത്യ പരിഷത്തുകാരൻ ഉണർന്നു.

"മാഷെ ഇങ്ങള് പുറത്ത് നിന്ന് ആ വാതിലൊന്നടക്ക്"

ഞങ്ങൾക്കാർക്കും ഒന്നും മനസ്സിലായില്ലെങ്കിലും ജലീൽ മാഷ് അസ്ലം പറഞ്ഞത് ചെയ്തു."ഇനി ങ്ങള് ഒന്ന് തുറന്ന് നോക്കീ" മാഷിന്റെ ഭാര്യയോടാണ് പറഞ്ഞതെങ്കിലും ചെയ്തത് സെയ്താലിക്കയായിരുന്നു.

വാതിൽ തുറക്കുന്നില്ല!

"ജിന്നിന്റെ കളി തന്നെ" ഇപ്രാവശ്യം മാഷിന്റെ ഭാര്യ ഞങ്ങൾക്കു കൂടി കേൾക്കാനാണത് പറഞ്ഞത്. ഇതിനിടയിൽ അസ്ലം രണ്ട് കൈയ്യും

കൊണ്ട് വാതിലിനൊറ്റ തള്ള്... ദാ വാതിൽ തുറന്നു

"ന്റെ ജലീൽ മാഷെ മഴക്കാലത്ത് മരം ചീർക്കുന്നുള്ളത് നമ്മളെ പ്രത്യേകിച്ച് സ്കൂളിൽ പഠിപ്പിക്കണോ?"

അതുവരെ കാര്യം പിടികിട്ടാതിരുന്ന ഞാനടക്കമുള്ള പലരും നിലവിട്ട് ചിരിച്ചു.

ഉറക്കം പോയെങ്കിലും നാളെ ട്രെയിൻ യാത്രക്കിടെ പറഞ്ഞു ചിരിക്കാനൊരു "കള്ളൻ" കഥ കിട്ടിയ സന്തോഷത്തിൽ പുറത്തേക്ക് നടക്കുമ്പോൾ ജലീൽ മാഷ് മെല്ലെ അടുത്തുവന്ന് വന്ന് പറഞ്ഞു. "രാവിലെ എന്നെ കാക്കണ്ടാട്ടോ.... ഞാൻ കുറച്ച നേരത്തെ സ്ഥലം വിടും"

ആളുകളെ അഭിമുഖീകരിക്കാനുള്ള മടിയാണ് മാഷക്കെന്ന് മനസ്സിലായെങ്കിലും മാഷുടെ ബൈക്കിന് പിറകിലിരുന്ന് റെയിൽവേ സ്റ്റേഷനിലേക്കുള്ള പോക്ക് നാളെ മുടങ്ങുമല്ലോ എന്നോർത്ത് ഞാൻ അനല്പമായൊരു നിരാശയിലായി.

റിസൽട്ടിനു ശേഷം - ഒരുത്വാത്വികാവലോകനം

(Disclaimer:ജനിക്കാൻ പോകുന്നവരോ ജീവിച്ചിരിക്കുന്നവരോ മരിച്ചു പോയവരോ ആയ ആരുമായും ഇതിന് യാതൊരു ബന്ധമോ സാദൃശ്യമോ ഇല്ല)

സ്റ്റാഫ് മീറ്റിംഗിന് അന്ന് പതിവിൽ കവിഞ്ഞ പിരിമുറുക്കം. റിസൽട്ട് വന്നതിനു ശേഷമുള്ള ആദ്യത്തെ മീറ്റിംഗ് എന്നതിനേക്കാൾ സ്വല്പം ദയനീയമായ റിസൽട്ടിനു ശേഷമുള്ള അവലോകനയോഗമായതുകൊണ്ടാവാം സ്വതവേ വളവളാ വല്ലതും പറയുന്ന രാജീവൻ മാഷുപോലും ഒന്നും മിണ്ടാതിരുന്നു. എങ്ങനെ പറയും ?! അമ്പ് കൊള്ളാത്തവരില്ല കുരുക്കളിൽ എന്നു പറയുമ്പോലേ ഏതു പരാജയ സുനാമി വന്നാലും നൂറു ശതമാനം വിജയവുമായി തലയുയർത്തി നിൽക്കാറുള്ള രണ്ടാം ഭാഷയിൽ പോലും കുട്ടികൾ തോറ്റിരിക്കുന്നു.

ചുരുക്കം വാക്കിൽ വിജയശതമാനക്കുറവിനേ പരാമർശിച്ച ശേഷം പ്രഥമ അധ്യാപകൻ ചർച്ചകൾക്കും വിശദീകരണത്തിനുമായി ബോൾ നൈസായി സീനിയർ അധ്യാപകനായ സുനി മാഷക്ക് കൈമാറി. "മറ്റുള്ളവർ പറയട്ടെ മാഷെ.. ഞാനവസാനം പറയാം." ആർക്കുമറ്റന്റു ചെയ്യാൻ കഴിയുന്ന തരത്തിൽ ബോൾ മുന്നോട്ട് തള്ളിയതിൽ രണ്ടുദ്ദേശമുണ്ടായിരുന്നു. തൽക്കാലം ഒന്നും പറയാനില്ല. ആരെങ്കിലും എന്തെങ്കിലും പറഞ്ഞാൽ പിന്നെ അതിൽ പിടിച്ചു കയറി തട്ടാം.

"കോവിഡിനു ശേഷം കുട്ട്യേളുടെ കാര്യം കഷ്ടാ മാഷെ.പഠിക്കാനൊരു താല്പര്യോമില്ല. ഒരു ബോധോമില്ല. നമ്മൾ എന്തു ചെയ്തിട്ടെന്താ?" നിഷ ടീച്ചർ പറഞ്ഞു തുടങ്ങും മുമ്പ് പ്രഭാകരൻ മാഷ് ഇടയിൽ കയറി:

"മറ്റ് സ്കൂളിലെ കുട്ടികളും അങ്ങനെ തന്നെയല്ലേ ടീച്ചറേ.. കോവിഡ് നമ്മള കുട്ട്യേൾക്ക് മാത്രമല്ലാലോ ?" കുറേ ജോഡി കണ്ണുകൾ അനിഷ്ടത്തോടെ പ്രഭാകരൻ മാഷെ നോക്കി. കുലംകുത്തി തുടങ്ങിയല്ലോ.. എല്ലാ കാര്യത്തിലും വിപരീതാഭിപ്രായം പറയുക എന്നത് ഇയാളുടെ ഒരു സ്ഥിരം പരിപാടിയാണല്ലോ. ഇപ്രാവശ്യമാണെങ്കിൽ ഇയാളുടെ ഹിന്ദിയിൽ മൂന്നെണ്ണം തോറ്റിട്ടുമുണ്ട്.

"അങ്ങനല്ല മാഷെ നല്ല മാർക്കുകാർക്കൊക്കെ വേറെ സ്കൂള് മതി. മര്യാദക്ക് അക്ഷരം പോലുമറിയാത്തവരാ ഒടുക്കം ഇവിടെ എത്വാ.. ഓർക്കാണെങ്കിൽ പഠിക്കണമെന്ന ഒരു താല്പര്യോമില്ല. പിന്നെ എന്തു ചെയ്യാനാ?... പത്താം ക്ലാസിലെ സമ്പൂർണ്ണ വിജയം കാണുമ്പോ വരാൻ പോണവരെ ഓർത്ത് ഒരു നെഞ്ചിടിപ്പാ" സന്ധ്യ ടീച്ചറുടെ ഉത്കണ്ഠ ചർച്ച വേറെ വഴിക്കാക്കികളയുമോന്ന് ഭയന്ന് ശാന്തൻ മാഷ് ബുദ്ധിപൂർവ്വം ചർച്ച യൊന്നു തിരിച്ചുവിട്ടു."N. S. S ഗ്രേസ് മാർക്ക് ഇപ്രാവശ്യം ഉണ്ടായിരുന്നേൽ വിജയശതമാനോം എ പ്ലസും കുറേക്കൂടി മെച്ചപ്പെട്ടുമായിരുന്നു."

"വിജയശതമാനം ഉയർന്ന പല സ്കൂളും തരികിടയിലൂടെ വിജയം കൂട്ടുന്നതാ. ശരിയുത്തരം പരീക്ഷാ ഹാളിൽ എത്തിച്ചു കൊടുക്കുന്നവർ പോലുമുണ്ട്" .. ഷൈജു മാഷിന്റെ ന്യായീകരണം തീരുന്നതിനു മുമ്പ് പ്രഭാകരൻ മാഷിടപെട്ടു: "തെളിവില്ലാതെ വല്ലതും പറയല്ലേ മാഷെ. നമ്മുടെ ഇത്രയധികം പിള്ളേര് എന്തുകൊണ്ട് തോറ്റു അത് പറയ്?" റിവിഷനിസവും പ്രതിക്രിയാ വാദവും കൊണ്ട് പ്രഭാകരൻ മാഷിലെ ഉത്തമനെ അടക്കിയിരുത്താൻ കഴിയാതെ ഷൈജു മാഷ് നിർത്തി.

"ഈ ഒരു കാലത്ത് അഞ്ച് ഫുൾ എ പ്ലസ് ഒരു നേട്ടം തന്നെ" ഭൗതിക ശാസ്ത്ര മാഷ് ഭൗതിക നേട്ടങ്ങൾ ഒന്നുയർത്തി കാട്ടി.

"തോൽവി കുട്ട്യേളുടെ കഴിവുകേടാണെങ്കിൽ എ പ്ലസ് കുട്ട്യേളുടെ മാത്രം കഴിവല്ലേ?" പ്രഭാകരൻ മാഷ് വീണ്ടും ചൊറിഞ്ഞു.

"ഇങ്ങക്ക് ഇവ്ട്ന്ന് അതുമിതും പറഞ്ഞാ മതി.പി.ടി.എ.എക്സിക്യൂട്ടീവില് മറുപടി എന്താ പറയേണ്ടതെന്ന് ഇവിടെ തീരുമാനിക്കണം. പി.ടി.എ.പ്രസിഡന്റിന്റെ മോനടക്കം തോറ്റ്" സ്റ്റാഫ് സെക്രട്ടറി പ്രഥമ പൌരനെ നോക്കി. അങ്ങേര് തിരിച്ചും.

ഒടുക്കം പരാജയ കാരണങ്ങൾ കോവിഡ് കാല പഠനമടുപ്പിലും എൻ.എസ്സി.എസ്സിന്റെ ഗ്രേസ്സ് മാർക്കില്ലായ്മയിലും രക്ഷിതാക്കളുടെ വേണ്ടത്ര ശ്രദ്ധയില്ലായ്മയിലുമൊക്കെ ഊന്നിക്കൊണ്ടൊരു മറുപടിയിൽ തീരുമാനമാക്കി. ഈ പ്രതികൂല സാഹചര്യത്തിലും നേടിയെടുത്ത എ

പ്ലാസ്സുകൾ ഉയർത്തി കാട്ടണമെന്നും തീരുമാനമായി.

"ഇതൊക്കെ വച്ച് നമുക്കൊരു ഫ്ലക്സ് അടിക്കേണ്ടേ മാഷേ...." പ്രഭാകരൻ മാഷുടെ ചോദ്യത്തിന്റെ ഉദ്ദേശ്യമെന്തായാലും പ്രഥമ പൗരന് മനസ്സിൽ തോന്നിയ തെറി പല്ലുകൾ ബ്ലോക്കാക്കിയതിനാൽ പുറത്തു ആരുംകേട്ടില്ല....